சதுரங்கத்தில் மூன்றாம் நபர்

மயிர்க்கூச்செரியும் நகர்வுகள்

VASANTH B

அர்ச்சுன காண்டிவத்தில்,
புறப்பட்ட அம்புதனை போல,
வேகமென வந்து,
மோகமென நின்று;
மனமதில் தைத்த முள்தனை-
கனமென பாராமல்
துயரம் களைந்து - தன்
தலைதனை திருப்பி விடுக்கிறான்-
ஓர் சிறு புன்னகை
உங்களுக்காக!
உங்கள்

பா. வசந்த்

நன்றியுரை

தமிழ் ஆசிரியர் மதிப்பிற்குரிய ஐயா க.வேலுச்சாமி ஒண்டிப்புதூர் அரசு ஆண்கள் பள்ளி கோவை அவர்களுக்கு மிக்க நன்றி

சதுரங்கத்தில் மூன்றாம் நபர்
மயிர்க்கூச்செரியும் நகர்வுகள்

பா. வசந்த்

உள்ளடக்கம்

அத்தியாயம் 1

நேரம் காலை 6:30 மணி

தேதி 2.9.22.

வல்லம் பஸ் ஸ்டாப்.

லேசான பனி மூட்டத்தில் சாலை மங்கலாய் தெரிய,

பஸ் ஸ்டாப் அருகே பனி மூட்டத்தை கலைத்தபடி சைரன் வைத்த ஸ்கார்பியோ வந்து தன் இன்ஜின் உயிரை நிறுத்திக் கொண்டது.

கதவை பவ்யமாக திறந்து விட்டான் அவரது உதவியாளர் எஸ்.ஐ. கணேஷ்.

வண்டியில் இருந்து வெளிப்பட்ட அசிஸ்டன்ட் கமிஷனர் அன்புச்செழியனுக்கு வயது ஐம்பத்தி ஐந்திற்கு மேல் இருக்கும். அடர்த்தியான கேசம் ஆறடி உயரமும், மா நிறமும், அவருடைய கம்பீரமான தோற்றத்திற்கு மிகவும் எடுப்பாய் இருந்தது. நேர்மையே தனது உயிர் என நினைப்பவர்.

தனது கண் கண்ணாடியை கழற்றிய படி கேட்டார் "யார் முதல்ல பாத்தது?"

பேருந்து நிறுத்தத்திற்கு மிக அருகே பூக்கடை வைத்திருக்கும் கிருஷ்ணன் ஓடி வந்து

"ஐய்யா நான் தான்'ங்க" என்றான்.

உடனே கணேஷ் குறுக்கிட்டு "உன் பேரென்ன?" என்றான்.

அதற்கு கிருஷ்ணன் "ஐய்யா என் பேரு கிருஷ்ணன்' ங்க சொந்த ஊரு பொள்ளாச்சி' ங்க, பொண்டாட்டி இதே ஊரு' ங்க. ஊர்ல ஒண்ணும் வருமானம் இல்லைங்க அதனால இங்க வந்து செட்டில் ஆயிட்டேங்க" என்றான்.

அதற்கு கணேஷ் "இங்க எத்தன வருஷமா இருக்க?" என்றான்.

உடனே கிருஷ்ணன் "இந்த ஊருக்கு வந்து பதினஞ்சு வருஷமாச்சு ஒரு பத்து வருஷமா தான் பூக்கடை வச்சுருக்கேன் 'ங்க" என்றான்.

இடைமறித்த ஏசி அன்புச்செழியன் தனது சிங்கக் குரலில் "கணேஷ் க்ரைம் சீனை ஒன் டைம் பார்த்துடலாம்" என்றார். அதற்கு கணேஷ் "ஓகே சார்" என்றபடி இருவரும் பஸ்ஸ்டாப் அருகே சென்றனர்.

கழுத்து வாய் பகுதி அறுபட்ட நிலையில் இறந்து கிடந்த பிணத்தின் அருகே சென்றனர். கழுத்து வாய் பகுதியில் இருந்து வந்த இரத்தம் சுடிதார் துப்பட்டாவை நனைத்து, கணிசமாய் வழிந்தோடி உறைந்து இருந்தது. இரத்தை ஈக்கள் பதம் பார்த்து கொண்டிருந்தன.

தனது கைக்குட்டையை எடுத்து மூக்கை பொத்தியபடி இருவரும் கிருஷ்ணனை நோக்கி "நீ எத்தனை மணிக்கு பாத்த?" என்றனர். அதற்கு கிருஷ்ணன் "எப்பவும் காலைல 6.30 மணிக்கு தான் வருவேன். இன்னைக்கு ஒரு பத்து நிமிஷம் முன்னாடி வந்துட்டேன". "மூட்டைய இறக்கி வச்சுட்டு திரும்பிப் பாத்தா ஒரே இரத்தமா இருந்துச்சு". "அப்புறம் பாத்துட்டு என்ன பண்றதுன்னு தெரியல. சரி போலீஸ்க்கு போன் பண்ணிடலாமுண்ணு முடிவு பண்ணி 100க்கு கூப்பிட்டேன்' ங்க ஐய்யா!" என்றான். உடனே கணேஷ் இடைமறித்து "நீ பாக்கும் போது உயிர் இருந்துச்சா?" என்றான்.

அதற்கு கிருஷ்ணன் "இல்லைங்க ஐய்யா நா பாக்கும் போதே இறந்துருச்சு. பாவம் யார் பெத்த பொண்ணோ படுபாவிங்க எவனோ கொண்ணுட்டாங்க" என்று கண்ணீர் மல்க கூறினான்.

அதற்கு ஏசி அன்புச்செழியன் "கணேஷ் கமிஷனர் கிட்ட ஒரு சின்ன மீட்டிங் தென் சிட்பண்ஸ் கேஸ் ஒண்ணு இருக்கு ஸோ, அது விசயமா வரச் சொல்லியிருக்காரு." "இவரு கிட்ட மத்த தகவல் வாங்கிடுங்க" என்றவர்

"∴பாரன்ஸிக்கிற்கு இன்பார்ம் பண்ணிடுங்க" "தென் டாக் ஸ்குவாட் வரச் சொல்லுங்க. ஆல் டிடைல்ஸ் கலெக்ட் பண்ணி ∴புல் கவர் ஸ்டேட்மென்ட் ரெடி பண்ணிடுங்க" என்றவர் "கணேஷ் ரொம்ப முக்கியமான விசயம் இந்த

கேஸ் டிட்டைல்ஸ் ஃபுல்லா நீயே பாரு" "இதுல வேற யாரும் இன்வால்வ் பண்ணாதே" "கேஸ் பத்தி எந்த ஒரு சின்ன க்ளூ கெடச்சாலும் இன்ஃபார்ம் இமீடியட்லி ஒன்லி ஃபார் மீ தென் பி கேர்ஃபுல்" "டுமாரோ இயர்லி மார்னிங் யூ வில் கம்" எனக் கூறியதும் அதற்கு கணேஷ் "ஓகே சார்" என்றான்.

உடனே ஏசி அன்புச்செழியன்" ஹவ் ஈஸ் யுவர் சிஸ்டர் ஹெல்த் கன்டிஷன்?" என்றார். அதற்கு லேசாய் யோசித்தபடி "சீ ஈஸ் குட் நோ ப்ராப்ளம் சார்" என்றான் கணேஷ். "ஓகே, நான் கிளம்பறேன்" என்றவர் ஸ்கார்பியோவின் சாவியை கணேஷிடம் வாங்கி வண்டியை ஸ்டார்ட் செய்ய வண்டி கமிஷனர் அலுவலகத்தை நோக்கி சீறிப் பாய்ந்தது.

அத்தியாயம் 2

தேதி 3.9.2022. காலை 7.00 மணி.

ட்ரீங்...ட்ரீங்...சமித்ரனின் செல்போன் அலறி கொண்டே இருந்தது. குளித்து முடித்த சமித்ரன் தன் உடைகளை மாற்றியபடி வந்தான்.

நல்ல உயரம், மா நிறம், ஷேவ் செய்த முகம் ஒரு சினிமா கதாநாயகனை விட அழகாய் காட்டியது. இருபத்திஏழு வயதுள்ள சமித்ரன் கோயமுத்தூரில் பி5 காவல் நிலையத்தில் க்ரைம் ப்ரெஞ்ச்ல் காவல் ஆய்வாளர் பணியில் உள்ளான்.

ஓயாமல் அடித்த செல்போனை அட்டண்ட் செய்ய "சார் நான் எஸ்.ஜெ. விக்னேஷ் பேசறேன் சார்" "ம்ம்... சொல்லு விக்கி" என சமித்ரன் கூற மறுமுனையில்" சார் இங்க லட்சுமணன் நகர்ல ஒரு டெத் சார்" "பாத்தா நார்மல் டெத் மாதிரி தான் இருக்கு பட் இறந்தவரோட அண்ணன் டெத்துல டவுட் இருக்குனு சொல்றாரு ஸோ நீங்க ஸ்பாட்டுக்கு வந்தீங்கன்னா!!!"

என்று சொல்லிக் கொண்டிருக்கும் போதே "நோ ப்ராபளம் விக்கி நான் ஸ்பாட்டுக்கு வந்துடறேன்" எனக் கூறி செல்போனை தன் பாக்கெட்டில் திணித்து விட்டு தன் என்பீல்டு வண்டியில்

சாவியை கொடுத்து உயிர்பித்ததும் புகையை கக்கிக் கொண்டே வண்டி வேகமெடுத்தது. ஐந்து நிமிட பயணத்தை முடித்த என்பீல்டு பைக் லட்சுமணன் நகர் வீதிக்குள் சென்று இடது பக்கமாய் திரும்பி இரண்டு மூன்று வீடுகளைத் தாண்டி தன்னை அமைதிப்படுத்தியது. வண்டியில் இருந்து சினிமா ஹீரோ போல் இறங்கி தனது கூலிங் கிளாஸை கழற்றி தனது சட்டைக்கு கொடுத்தான்.

சமித்ரனைக் கண்டதும் "சார்" என்ற விரைப்பான சல்யூட்டுடன் வந்த எஸ்.ஐ. விக்னேஷ் பார்ப்பதற்கு அகன்ற தோள்கள் ஜிம் பிட் ∴பாடி வயது முப்பத்தியொன்று இருக்கும்.

"சொல்லுங்க" என்ற சமித்ரனிடம், விக்னேஷ் "சார் இவரோட பேரு அய்யப்பன் இவர் தான் கம்ளைண்ட் கொடுத்தது" என்று கூறி "இங்க வாப்பா" என்றழைத்தபடி "சார் கிட்ட சொல்லு" என்றான். சரி என்பது போல் தலையையாட்டிய அய்யப்பன் "சார் என் பேரு அய்யப்பன் நான் இங்க பக்கதுல சின்னதா லேத் ஒர்க் ஷாப் வச்சுருக்கேன்". "என் தம்பி சதிஷ்குமார் டுவீலர் கன்சல்டிங் கம்பெனி, அப்புறம் பிராய்லர் சிக்கன் ஷாப் வச்சுருக்கான்". "கொஞ்சம் வசதியான ஆள் தான்". "நான் அப்பப்போ அவன் வேலைக்கு உதவியா இருப்பேன்".

இன்னைக்குகாலைல அவன் கடைய திறக்க சாவி எடுக்க வந்தேன். சரின்னு ஜன்னல் வழியா பாத்தா கட்டில்ல இருந்து கீழ விழுந்து

கிடந்தான்" என்றவன் அழுதபடி மீண்டும் பேச்சை தொடர்ந்தான்." சட்டுனு ஆளுங்கள கூப்பிட்டு கதவே திறந்து பாத்தா செத்துக் கிடக்கான்யா" எனக் கூறி கதறி அழுதான். பிறகு கண்களைத் துடைத்த படி "சார் அவனுக்கு லோக்கல்ல எதிரிங்க ஜாஸ்திங்க, அதனால யாராவது தான் இத பண்ணிருப்பான்ங்க" எனக் கூறி மீண்டும் வந்த அழுகையை தனது கை வைத்து வாயை பொத்திக் கொண்டான்.

அவனுக்கு ஆறுதல் கூறிய சமித்ரன் விக்னேஷை பார்த்து "சதிஷ்குமாரோட வெர்க் டிட்டைல்ஸ் அப்புறம் அவனப் பத்தி மத்த டிட்டைல்ஸ் வாங்கி ஒரு ∴பைல் ரெடி பண்ணுங்க. தென் பாடி எங்க இருக்கு?" என்று வினவ, அதற்கு விக்னேஷ் "மாடியில இருக்குற பெட் ரூம்ல" என்றவன்,

இருவரும் மாடியை நோக்கி நடந்தனர். கட்டிலின் அருகே கீழே விழுந்து கிடந்த சதிஷ்குமாரை தூக்கி கட்டிலின் மேலே படுக்க வைத்திருந்தனர். அதனைப் பார்த்த சமித்ரன் "விக்னேஷ் ஏதோ ஒரு ஸ்மெல் அடிக்கிறது தெரியுதா?" என்றான். உடனே விக்னேஷ்" சார் ஏசி' ல இருந்து கேஸ் லீக் ஆகி தான் இறந்திருக்கணும்னு ஒரு டவுட் இருக்கு. நம்ம டீம் வந்தா தெரிஞ்சுடும்" என்றான். "தென் சதிஷ்குமார பத்தி...." என லேசாய் இழுத்தான் சமித்ரன். உடனே விக்னேஷ் "சார்" எனக்கூறி அவரை தனியே அழைத்து "சார் சதிஷ்குமார் ஓம்முருகா டெவிலர்

கன்சல்ட் அண்டு சிக்கன் ஷாப் வச்சுருக்கான். இதெல்லாம் விட பைனான்ஸ், அப்புறம் கட்டப் பஞ்சாயத்து பண்றது தான் ரொம்ப அதிகம்." "இது எல்லாமே இந்த இடத்துல கீழ இருக்குற ரூம்ல தான் நடக்கும். அதனாலவே அவனுக்கு எதிரிங்க ஜாஸ்தி சார்" என்றான். உடனே இடைமறித்த சமித்ரன் "அப்போ அவன் வீடு எங்க இருக்கு?" என்றான். அதற்கு விக்னேஷ் "இங்கிருந்து ரெண்டு தெரு தாண்டி இருக்கு"

"இந்த எடம் அவனுக்கு கெஸ்ட் ஹவ்ஸ் மாதிரி, எடம் பஞ்சாயத்து பணம் கொடுக்கல், வாங்கல் பஞ்சாயத்து எல்லாம் இங்க தான் நடக்கும்" என்றான். "ஹோ ஹோ" என்ற சமித்ரன் "அப்போ இவன் மேல கேஸ் எதாவது பைல் பண்ணிருக்கிங்களா?" என்றவன் சுவற்றில் மாட்டப்பட்டிருந்த போட்டோவை கவனித்தான்.

அதில் முருகக் கடவுளின் வேலோடு போஸ் கொடுத்திருந்த சதிஷ்குமார் முருகனின் தீவிர பக்தன் என்பதை காட்டியது. உயரம் ஐந்தரை அடிக்கும் மேல் இருப்பான் என்பது தெரிந்தது. அவ்வளவாக நிறம் இல்லை என்றாலும் அகன்ற புஜமும் அடர்த்தியான புருவமும் பெரிய சுருட்டி விட்ட மீசையும், என் கிட்ட வச்சுக்காத என்பது போல் திமிராய் காட்டியது. சட்டென பார்வையை விலக்கிய சமித்ரன் விக்னேஷை நோக்கி "ம்" என்றதும்

"சார் ஒரு மூணு நாலு கேஸ் இருக்கும். பட் கேஸ் ஸ்டாரங் இல்ல எல்லாமே கட்டப்பஞ்சாயத்து மிரட்டல் கேஸ் தான்" என்றான் விக்னேஷ். உடனே "சரி சதிஷ்குமார் வீட்டுக்கு போலாமா?" எனக் சமித்ரன் கேட்க "சரி" என்பது போல் விக்னேஷ் தலையை ஆட்ட தனது வண்டியில் விக்னேஷை ஏற்றிக் கொண்டு புறப்பட்டான்சமித்ரன். வண்டியை ஓட்டியபடி சமித்ரன் "விக்னேஷ் இந்த கேஸை பத்தி வேற ஏதாவது துதுதூ... என்று இழுத்தான். அதற்கு விக்னேஷ் "சார் சதிஷ்ஷோட க்ளோஸ் ப்ரண்ட் அட்வகேட் அருள்சந்திரன் சார்".

"அவங்க ரெண்டு பேரும் அப்பப்போ இந்த இடத்துல தான் ட்ரிங்ஸ் அடிக்கறது. ஏதாவது டிஸ்கஸ் பண்றது எல்லாமே இந்த ஸ்பாட் தான்". "சதிஷ்ஷோட பைனான்ஸ் கேஸெல்லாம் கூட அவர் தான் ஹேண்டில் பண்றாரு" என்று பதிலளித்தான். உடனே" வாட்? த பேமஸ்

அட்வகேட் அருள்சந்திரனா? "என வாயப் பிளந்தான் சமித்ரன். தொடர்ந்து" அவரை பத்தி நெறைய கேள்விப்பட்டிருக்கேன், கோயமுத்தூர்ல இருக்குற பெரிய பெரிய பிஸ்னஸ் மேன் எல்லாத்தோட கேஸெல்லாம் அவர் தானே ஹேண்டில் பண்றாரு" எனக் கூறினான் சமித்ரன். அதன் பின், தொடர்ந்த விக்னேஷ் "எஸ்டர்டே நைட் கூட அவர்தான் இவன் கூட இருந்துருக்காரு".

"ரெண்டு பேரும் ∴புல்லா ட்ரிங்ஸ் பண்ணிருக்காங்க" என்றான். அதற்கு "வாட்?" என்று ஓர் யோசனையுடன் புருவத்தை உயர்த்தினான் சமித்ரன்.

"சார் இந்த கோ ஆப்ரேட்டிங் பேங்க் க்கு பக்கத்துல தான் சார் அவன் வீடு" என்றான் விக்னேஷ். "சிங்காநல்லூர் நகர கூட்டுறவு வங்கி" "எஸ்.ஆர்.டி.லே. அவுட். கோவை" என வங்கியின் முன்புறம்

எழுதியிருந்தது. உடனே தனது வண்டியின் ப்ரேக்கை பிடிக்க வண்டி நின்றது. உடனே விக்னேஷ் வங்கியின் வாசலில் நின்றிருந்த வாட்ச்மென் ராஜேந்திரனை அழைக்க அவன் பவ்யமாய் வந்து நின்று "ஐய்யா?" என்றான். அவனை பார்த்து விக்னேஷ் "இங்க சதிஷ்குமார் வீடு எங்க இருக்கு?" எனக் கேட்க அதற்கு வாட்ச்மென் ராஜேந்திரன் "அய்யா இங்கிருந்து ரெண்டாவது வீடுங்க" என்றான். உடனே சற்று தள்ளி நிறுத்திவிட்டு வண்டியின் சாவியை எடுத்து தனது பேண்ட் பாக்கெட்டுக்கு கொடுத்த சமித்ரன்.

சதிஷ்குமாரின் வீட்டின் முன்னால் நின்றபடி "வா உள்ளே போலாம்" என்றான். வாசலில் சதிஷ்குமாரின் உறவினர்கள் சிதறிக் கிடக்க லேசான அழுகை சத்தம் காதில் ஒலித்தது. போலீஸை பார்த்ததும் அனைவரும் சுதாரித்து

கொண்டு வழிவிட்டு சதிஷ்குமாரின் மனைவி வித்யாவை அழைத்தனர்.

சமித்ரன் சதிஷ்குமாரின் வீட்டை கண்களால் நோட்டமிட்டபடி இருக்க "சார் உட்காருங்க" என்றனர் சதிஷின் நெருங்கிய உறவினர்கள். வீடு முழுவதும் முருகக் கடவுளின் படங்கள் நிரம்பியிருந்தது. ஹாலில் உள்ள ஷோகேஸில் உள்ள கேடயங்கள் சதிஷ்குமார் கபடியில் ஸ்டேட் ப்ளேயர் என்பதை காட்டியது. சதிஷ்குமாரின் மனைவி வித்யா முடிந்த வரை தன் அழுகையை அடக்கிக் கொண்டு சமித்ரனின் முன்பு அமர்ந்தாள்.

அமைதியை கலைத்த சமித்ரன் "உங்க ஹஸ்பெண்ட் டெய்லி நைட் அங்க தான் தங்குவாரா?" என்ற கேள்விக்கு வித்யா "இல்லைங்க ஒர்க் ஜாஸ்தியா இருந்தாலோ இல்ல அவரு ப்ரண்ட்ஸ்ங்க கூட ரொம்ப நேரம் இருந்து லேட் ஆயிடுச்சுனா அங்கேயே சாப்புட்டுட்டு தூங்கிடுவாரு. காலைல குளிச்சுட்டு தான் இங்க வருவாரு" என்றவள் பீறிட்டு அழ தொடங்கினாள்.

ஐந்து நிமிட இடைவெளி விட்ட சமித்ரன் தொடர்ந்தான் "அவரோட ப்ரண்ட்ஸ் யார் யாரெல்லாம் வருவாங்கனு உங்களுக்கு தெரியுமா?" என்றார். உடனே அதற்கு "நவீன், பாலமுருகன், வெங்கடேஷ்ன்னு நிறைய பேரு இருக்காங்க. ஆனா அதிகமா அருள்சந்திரன் அண்ணா கூட தான்

எப்பவும் இருப்பாரு" என்று கண்ணீருடன் சொல்லி முடித்தாள்.

உடனே சமித்ரன் "வெளியில அவருக்கு எதிரிங்கனு யாராவது?".... என இழுக்க, அதற்கு "பெருசா யாரும் இல்ல ஆனா, சென்னை போயிட்டு வந்ததிலிருந்து அவரு ஒரு மாதிரி படபடப்பா தான் இருந்தாரு" என்றாள் வித்யா. அதற்கு உடனே "சென்னைக்கு எதுக்கு, எப்போ போனாரு" என்றான் சமித்ரன். "பைனான்ஸ்ல நாலு ∴போர் வீலர் கம்மி ரேட்டுல ஏலம் வந்திருக்குன்னு சொல்லிட்டு போனாரு" என்றாள் வித்யா. "இதுக்கு முன்னாடி இந்த மாதிரி போயிருக்காரா?" எனக் கேட்ட சமித்ரனுக்கு "ஏதோ ஒரு டைம் போன மாதிரி ஞாபகம் இருக்கு" என்று பதிலளித்தாள் வித்யா.

"அட்வகேட் அருள்சந்திரன பத்தி நீங்க என்ன நெனைக்கறீங்க" என்றான் சமித்ரன். "அய்யோ அவரு என்னோட கூட பொறக்காத அண்ணா என்ன விட அண்ணா அவரை ரொம்ப நல்லா பாத்துப்பாரு" என்றாள். உடனே வித்யாவின் தாயார் மரகதம்" அவரோட குழந்தை மேல ரொம்ப பாசம் இருப்பாரு. இப்ப கூட ஊருக்கு போயிட்டு வந்தவரு இந்த பொம்மைய புள்ளைக்கு ஆசையா வாங்கிட்டு வந்தாரு, வெளயாடறதுக்கு புள்ள அப்பா எங்க எங்கனு கேட்டுக்கிட்டே கெடக்கு நான் என்ன சொல்லுவேனு தெரியல" என்று புலம்பினாள்.

எதார்த்தமாய் அந்த பொம்மையை எடுத்து பார்த்த சமித்ரன் உற்று நோக்கினான். சட்டென விக்னேஷை பார்த்து கண்ணடித்தான். உடனே விக்னேஷ் "சரிங்கம்மா மறுபடியும் அவரோட டெத் சம்பந்தமா எங்க ஸ்டேஷன்ல இருந்து வந்து விசாரிப்பாங்க நீங்க உங்களுக்கு தெரிஞ்ச டீட்டைல சொல்லுங்க" என்றவன் சமித்ரனை பார்க்க சமித்ரன் பொம்மையை கீழே வைத்தபடி "போலாம்" என்பது போல் தலையசைத்தான்.

வெளியே வந்த இருவரும் வண்டியை நோக்கி சென்றனர். வண்டியை உயிர்பித்த சமித்ரன் "விக்கி இப்போ நாமோ நேரா அட்வகேட் அருள்சந்திரன் வீட்டுக்கு போறோம் ஓகே" என்ற படி வண்டியின் கியரை மாற்ற வண்டி காற்றை கிழித்து வேகமாய் பறந்து வெள்ளலூர் பாலத்தின் மேல் சென்றிறங்கி இடது பக்கமுள்ள சிங்கை நகருக்குள் சென்றது.

அங்குள்ள மளிகை கடையில் வண்டியை நிறுத்திய சமித்ரன் வண்டியை விட்டு இறங்கி "ரெண்டு கிங்ஸ் லைட்ஸ் கொடுங்க" என்றவன் அதனை வாங்கி விக்னேஷுக்கு ஒன்றை கொடுத்து சிகரெட்டை பற்ற வைத்து புகையை உள்ளிழுத்தபடி மளிகை கடைகாரரிடம் "இங்க அட்வகேட் அருள்சந்திரன் வீடு எங்க இருக்கு?" எனக் கேட்டான். உடனே மளிகை கடைக்காரர் "எதிர்த்த வீடு தான்ங்க" என்றவன் "ரொம்ப நல்ல மனுஷனுங்க." "இங்க யாருக்காவது ஒரு பிரச்சனைனா அவரு தா

மொதல்ல வருவாரு காச எதிர்பாக்காத ஆளு" என அவர் பற்றி புகழ்பாடிக் கொண்டே இருந்தான்.

அதனை கேட்டபடி எதிரே உள்ள அருள்சந்திரன் வீட்டின் கேட்டை விக்னேஷ் திறக்க பணியாள் ஒருவன் ஓடி வந்து "ஐய்யாங்களா இப்ப தான் அவரு ப்ரண்ட் இறந்துட்டாருன்னு தெரிஞ்சு பதறி அடிச்சுட்டு சாப்பிடாம கூட காரை எடுத்துக்கிட்டு போனாரு" என்றான் பதட்டமாய்.

உடனே சிகரெட்டை கீழே தனது பூட்ஸ் காலால் அணைத்தபடி சட்டென வண்டியை எடுத்தான். விக்னேஷ் பின்னால் தொற்றிக் கொள்ள மீண்டும் அதே பாதையில் சென்று நேராக லட்சுமணன் நகருக்குள் சென்ற வண்டியை சதிஷ்குமார் ஆபிஸ் வாசலில் நிறுத்தி விட்டு பின்பக்கமுள்ள மாடிப்படிக்கு இருவரும் சென்றனர்.

மேலே ஏற முயன்ற சமித்ரனை தடுத்த விக்னேஷ் அருகே உள்ள ஆஸ்பெட்டாஸ் சீட் வேய்ந்த நிழலில் அருள்சந்திரன் நின்றிருந்ததை காண்பிக்க இறங்கி வந்த சமித்ரன் சீனியர் அட்வகேட்க்கு பவ்யமாக ஒரு வணக்கம் வைத்தான். பதிலுக்கு வணக்கம் வைத்த அருள்சந்திரன் பார்ப்பதற்கு சதிஷ்குமாரை விட வயது அதிகம் என்ற லுக் நரைமுடி அவர் தலையை அதிகம் ஆக்கிரமித்திருந்தது.

மௌனத்தை கலைத்த அருள்சந்திரன் "சதிஷ் என் தம்பியோட க்ளாஸ்மேட் சின்னதுல இருந்து

எங்க வீட்டுலேயே தான் இருப்பான்" "என் தம்பி டிராவல்ஸ் கம்பெனி நடத்திட்டு வர்றான். அவனுக்கு யு.எஸ்.ல பிசினஸ் நிறைய இருக்கு ஸோ டிராவல்ஸ் கம்பெனிய நான் தான் ஹேண்டில் பண்ணிட்டு வர்றேன்". "சதிஷ் இங்க நல்லா பிஸ்னஸ்ச பிக்கப் பண்ணிட்டான்" எல்லாமே அவனுக்கு நல்லாதான் இருந்துச்சு. பட் இப்படி ஆகுமுன்னு நான் நெனச்சு கூட பாக்குல" என்று சற்று பேச்சை நிறுத்தி மீண்டும் தொடர்ந்தார். "அவனுக்கு லைட்டா வீசிங் ட்ரபுள் இருந்துச்சு" என்றவர் கவலையாய் முகத்தில் கைகளை பொத்திக் கொண்டார்.

உடனே சமித்ரன் "சார் எஸ்டர்டே எப்படி இருந்தார்?" என்ற கேள்விக்கு அருள்சந்திரன் "எஸ்டர்டே நானும் அவனும் ஒண்ணாதான் இருந்தோம்" "நைட் கொஞ்சம் அவன் ட்ரிங்ஸ் ஓவரா எடுத்துக்கிட்டான்"." நைட் பத்து மணிக்கு நான் தான் அவன மேல படுக்க அனுப்பிச்சுட்டு கிளம்பினேன்". "பட் மார்னிங் பாத்தா இப்படி ஒரு சம்பவம் ஆயிடுச்சு" எனக் கூறி கவலையாய் பார்த்தார். உடனே சமித்ரன் "அவரு ரெண்டு நாளைக்கு முன்னாடி சென்னை எதுக்காக போனாருன்னு உங்களுக்கு தெரியுமா" எனக் கேட்க, அதற்கு அருள்சந்திரன் "அவன் ப்ரண்ட் ஒருத்தரை பைனான்ஸ் விசயமா பாத்துட்டு முடிஞ்சா அந்த வீசிங் ட்ரபுளுக்கு கே.எஸ் லாட்ஜ்ல டாக்டர் முத்துராஜெ பார்த்து ஒரு கன்சல் பண்ணிட்டு

வரேன்னு சொன்னான். நான் தான் வழியிலே ட்ராப் பண்ணினேன்" என்றார்.

உடனே விக்னேஷ் இடைமறித்து" ஏன் அவரோட கார்ல போகல?" என்று கேட்டான். அதற்கு "லாங் ட்ரைவ் பண்ண முடியாது ஸோ ஆம்னி பஸ்சில் புக் பண்ணிடேன்னு சொன்னான்" என்று பதிலளித்தார் அருள்சந்திரன். உடனே சமித்ரன்" எந்த ட்ராவல்ஸ்ன்னு தெரியுமா உங்களுக்கு?" என்றான். அதற்கு "தெரியல பிக்காஸ் நான் அவன மெயின் ரோட்டுல இறக்கி விட்டுட்டேன்" எனக் கூறிய அருள்சந்திரன் "சார் எனி ப்ராப்ளம்" என்றார். உடனே சமித்ரன்" நத்திங் சார்" என்றான். அருள்சந்திரன் கண்கலங்கியபடி புருவத்தை உயர்த்த, சமித்ரன் "டோன்ட் வொர்ரி சார் ஐ வில் மீட் பேக்" என்று கூறி விட்டு அந்த இடத்தை விட்டு நகர முற்பட்ட போது

∴பாரன்ஸீக் டீமில் இருந்து வந்த கார்த்திக் "சார்" என்ற சல்யூட்டுடன் பேச ஆரம்பித்தான் "சார் டெத் ஈஸ் நார்மல் டெத்" "ஏசியில் இருந்து கேஸ் லீக்காயிருக்கு ஸோ, அதுல மூச்சு திணறி தான் இறந்திருக்காரு" என்றான். சமித்ரன் உடன் இருந்த விக்னேஷையும் அருள்சந்திரனையும் பார்த்தான். "சார் பாடிய டிஸ்போஸ் பண்ணியாச்சு போஸ்ட்மார்டம் ரிப்போர்ட் வந்தா கன்∴பார்ம் பண்ணி கேஸை க்ளோஸ் பண்ணிடலாம் சார்" என்றான்.

கார்த்திக். உடனே சமித்ரன் "எனி டவுட்" எனக் கேட்க, "நத்திங் சார் ஆல் க்ளியர் சார்" என்றான் கார்த்திக். "ஓகே" என்ற சமித்ரன் அருள்சந்திரனை பார்த்து "ஸ்டேஷன் வரைக்கும் போயிட்டு வந்துடறேன்" என்று கூறிவிட்டு விக்னேஷுடன் கிளம்பினான்.

சமித்ரன் தன் வண்டிக்கு சாவியை கொடுக்க என்பீல்ட் சத்தம் காதை கிழிக்க இருவரும் கிளம்பினர். "விக்கி சதிஷ்குமாரோட ஃபுல் டிடைல்ஸ் எடுத்து அவன் பேர்ல ப்ரைவேட் ட்ராவல்ஸ்ல ஆம்னி பஸ்ல சென்னைக்கு டிக்கட் புக் பண்ணிருக்கானானு விசாரிச்சுடு" என்று சமித்ரன் கூற "சரி" என்பது போல் தலையசைத்தான் விக்னேஷ். வண்டி புழுதியை கிளப்பி முடித்து பி5 காவல்நிலையத்தின் வாசலில் நின்றது.....

அத்தியாயம் 3

நாள் 6.9.22. காலை 8.00மணி.

காலை நேரம் என்பதால் எப்போதும் போல் பரபரப்பாக இருந்தது கமிஷனர் அலுவலகம். எங்கு பார்த்தாலும் காவல்துறை அதிகாரிகளாய்த் தெரிய, அலுவலகத்தின் பிரம்மாண்டமான சுவர்களுக்கு நடுவே படிக்கட்டின் வழியே

வெளியே வந்த அன்புச்செழியன் யாரோ ஒருவரோடு பேசிக் கொண்டிருந்தார். அதனை கவனித்த எஸ்.ஐ.கணேஷ் அவர்களை நெருங்கினான்.

அன்புச்செழியன் அவரோடு கை குலுக்கி விடை பெற அவரை எதிரே பார்த்த கணேஷ் "சார்ர்ர்ர் இவரு அசோக்&கோ ஓணர் தானே" என்றான். உடனே அதற்கு "ஆம்" என்பது போல் தலையசைத்தார் ஏசி அன்புச்செழியன்.

உடனே "சார் ரொம்ப நல்ல மனுஷன் பல ஏழை குழந்தைகளுக்கு எஜிக்கேஷன் சம்பந்தமா வருஷாவருஷம் நிறைய டொனைட் பண்ணுவாரு சார்" "பட் பாவம் டைம் சரியில்ல அதனாலதான் அவரோட கம்பெனி ஹெவி லாஸ் ஆயிடுச்சு, ஆன நம்ம ஊர்ல இருக்குற எல்லாரோட வீட்டுலையும்

இவர் கடையில வாங்குன டிவி,ப்ரிட்ஜ், வாசிங்மிஷின், ஏசி, ∴பேன்னு ஏராளம் சார்.பட் ஒரு தப்பு பண்ணிட்டாரு" என்றான் கணேஷ். உடனே அதற்கு "வாட்?" என்றார் அன்புச்செழியன் புருவத்தை உயர்த்தியபடி, அதற்கு கணேஷ் "சார் இவரு சிட்பண்ஸ் ஆரம்பிச்சது தான் அந்த லாஸுக்கு காரணம் சார். இன்னொரு முக்கியமான விசயம் என்னனா அதை ஆரம்பிச்சது புடிக்காம தான் அவரோட ஒய்ப் டைவர்ஸ் வாங்கிட்டு போய்ட்டாங்க" என்றான் ஒரு வித சங்கடமாய்.

உடனே அதற்கு அன்புச்செழியன் "மிஸ்டர் கணேஷ் நம்ம கேஸ் என்ன ஆச்சுன்னு சொல்லாம மத்தவங்க விசயத்துல தலையிடறது உங்களோட பர்ஸ்ட் ஜாப்". "நான் எஸ்டர்டே லீவ் ஸோ உங்களுக்கு ஒன் டே ∴புல்லா இருந்திருக்கு ஸோ இந்த கேஸ் பத்தி என்ன கலெக்ட் பண்ணீரீக்கீங்க சொல்லுங்க" என்று முறைக்க, கணேஷ் தொடர்ந்தான்" சார் இறந்து போன பொண்ணு பேரு ஏலியா. ஷி ஈஸ் ஏ கிறிஸ்டியன் சார்" "சார்ட்டேடு அக்கெளண்ட் படுச்சு முடிச்சுட்டு மெடிக்கல் காலேஜ்க்கு பக்கத்துல இருக்குற ஆடிட்டர் பக்தவத்சலம் கிட்ட ஜூனியரா ட்ரைனிங் எடுத்துட்டு இருந்துருக்காங்க சார்" "இந்த பேப்பர்ல ஆடிட்டர் பக்தவத்சலத்தோட ஆபிஸ் அட்ரஸ் போன் நம்பர் தென் அந்த பொண்ணோட வீட்டு அட்ரஸ் இருக்கு சார்" என்றவன் பேப்பரை நீட்டினான்.

உடனே அதை வாங்கிய அன்புச்செழியன் பேப்பரை படித்துவிட்டு "வேற ஏதாவது லிங்க் இருக்கா" என மிக ஆர்வமாய் கேட்டவர் "உடனே அந்த பொண்ணோட வீட்டுக்கு போலாம்" என்றார். கணேஷ் ஆச்சரியமாய் "ஓய் சார்" "பர்ஸ்ட் ஆடிட்டர் பக்தவத்சலத்தோட ஆபிசுக்கு போலாம் சார்" என்றான். கோபமாய் பார்த்த அன்புச்செழியனை சமாதானம் செய்து "சாரி சார் அங்கேயே போலாம் சார்" என்றான் கணேஷ்.

மிக வேகமாய் கிளம்பினார் அன்புச்செழியன். அவரை பின் தொடர்ந்தான் கணேஷ். ஸ்கார்பியோவை கிளப்பிய கணேஷிடம் சைரனை ஆன் பண்ண சொன்னார். உடனே கணேஷ் அவர் முகத்தை பார்த்தபடி "சரி" என்பது தலையை ஆட்டி சைரனை ஆன் செய்ய அது அலறித் துடிக்க சாலை நடுவே சென்ற அனைவரும் ஒதுங்கி வழி விட்டனர்.

வண்டி "சர்ர்"... என சீறிப் பாய்ந்தது. வல்லத்திற்கு நான்கைந்து கிலோமீட்டர் முன்புள்ள மெடிக்கல் காலேஜ் அருகே சென்று கொண்டிருக்கும் வேளையில் டிரிங்... டிரிங்... என ஏசி அன்புச்செழியனின் செல்போன் துடித்தது.

உடனே போன் காலை அட்டண்ட் செய்தவர் பவ்யமாக "சார் ஓகே சார்" "சார் நான் அங்க தான் இருக்கேன் சார்" எனக்கூறி தன் செல்போனை அணைத்துவிட்டு ஒரு யோசனையாய் முகத்தை

திருப்ப, உடனே கணேஷ் "சார் யாருங்க சார் கால் பண்ணுனது?" எனக் கேட்க அதற்கு "மெடிக்கல் காலேஜ்க்கு ஆப்போஸிட்ல இருக்குற கஸ்தூரி லாட்ஜ்க்கு வண்டியை விடு" என எரிச்சலாய் கூறினார், அன்புச்செழியன். ஒரிரு நிமிடத்தில் வண்டி அதிகமாய் குலுங்கியபடி கஸ்தூரி லாட்ஜ் வாசலில் நின்றது.

லாட்ஜ் வாசலை ஏறிட்டுப் பார்த்தார் அன்புச்செழியன். வாசலின் முன்பு தங்க நிறத்தில் "கஸ்தூரி லாட்ஜ்" என கொட்டை எழுத்தில் பொறிக்கப்பட்ட போர்டு தொங்க விடப் பட்டிருந்தது. படிக்கட்டில் ஏறி லாட்ஜினுள் செல்ல லாட்ஜ் ரிஷெப்ஷனில் கற்பக விநாயகக்கடவுளின் மூன்றடி புகைப்படம் மாட்டப்பட்டிருந்தது.

அதன் அருகே பற்ற வைத்திருந்த அகர்பத்தியின் லாவண்டர் வாசனை மூக்கை துளைத்தது. அனைத்து பணியாட்களும் நின்று கொண்டிருக்க ஏசி அன்புச்செழியனை ஒரு வித பயத்துடன் பார்த்தனர்.

உள்ளே வந்த அன்புச்செழியன் "லாட்ஜ் மேனேஜர் யாரு?" எனக் லேசான அதட்டலாய் கேட்க, "மீ சார்" எனக்கூறி அவர் முன்பு வந்து நின்றான் அருண். அருகில் இருந்த பணியாளிடம் கணேஷ் "இங்க ரெஸ்ட் ரூம் எங்க இருக்கு?" என்றான். அதற்கு அந்த பணியாள் "சார் லிப்ட்டுக்கு

பக்கத்துல இருக்கு" என்றான். கணேஷ் உடனே லிப்டை நோக்கி சென்றான்.

லாட்ஜ் மேனேஜர் அருண் தொடர்ந்தான் "சார் எஸ்டர்டே ஈவினிங் பக்கத்து ஸ்ட்ரீட்ல இருந்து ஒரு பையன் வந்தான் சார் அவன் பேரு இம்ரான்னு சார்" "ரூம் புக் பண்ணணும்னு சொன்னான்" "நான் உடனே லோக்கல் அட்ரஸ் ∴புரூப்க்கு ரூம்ஸ் இல்லைனு சொன்னேன்". "பட் அவன் எனக்கில்லை சார் ஊர்ல இருந்து அத்தை வராங்க அவங்களுக்கு தான்" "எங்க வீடு ரொம்ப சின்னது ஸோ, இப்போ என்னோட ∴புரூப் வச்சுக்கோங்க அவங்க வந்ததும் பாத்துக்கலாம்னு சொன்னான்" "நானும் அத நம்பி ஓகே சொல்லிட்டேன்" "ஏழு மணிக்கு என்னோட ஷிப்ட் முடிஞ்சு கிளம்பிட்டேன்". "இப்போ வந்து பாத்தா".... என இழுத்தான்.

உடனே அதற்கு அன்புச்செழியன் "முதல்ல பாத்தது யாரு?" எனக் கேட்க ரூம் பாய் முன் வந்து நின்று "நான் தான் சார்" என்றவன் தொடர்ந்தான் "சார் 142 ரூமை க்ளீன் பண்றதுக்கு போனேன் க்ளீன் பண்ணிட்டு வெளியே வரும் போது ஆப்போசிட்ல இருக்குற 143 ரும் டோருக்கு கீழே சிவப்பு கலர்ல ஏதோ கறை மாதிரி இருந்துச்சு அப்புறம் பக்கத்துல போய் பார்த்தா பிளட் மாதிரி இருந்துச்சு ஒரு மாதிரி ஸ்மல் அடிச்சது என்ன பண்றதுன்னு தெரியாம ரூமோடு செடு ஜன்னல தெறந்து பாத்தா!!!... என்று கூறி ஒரு இழுவேயாய் நிறுத்தினான். "ரூம் எங்க

இருக்கு?" எனக் அன்புச்செழியன் கேட்க, அருண் மட்டும் அவரை அழைத்துக் கொண்டு சென்றான்.

லிப்ட் அருகேசென்றுபொத்தானை அழுத்திவிட்டு இருவரும் காத்திருக்க ஒரிரு நிமிடங்களில் அருண் "சார் லிப்ட் டோர் க்ளோஸ் பண்ணாம ஓபன்ல விட்டுட்டு போயிருப்பாங்க ஆட்டோமெட்டிக் க்ளோஸூங் இல்ல சார் ஸோ," என இழுக்க அதற்கு "சரி வா ஸ்டெப்ஸ்ல போயிடலாம்" என்றார், அன்புச்செழியன். இருவரும் படியின் வழியே ஏறி முதல் தளத்திற்கு சென்றனர். அறையின் அருகே சென்றதும் அன்புச்செழியன் "இதோட ஸ்பேர் கீ குடுப்பா" என்றார். உடனே அருண் அதனை கொடுக்க வாங்கிய அன்புச்செழியன் அறையின் இன்னொரு மாற்றுச்சாவியின் மூலம் திறக்க முற்படும் போது, கதவு வெறுமனே சாத்தியிருந்தது தெரிந்தது.

அதனைக் கவனித்த அன்புச்செழியன் "நீங்க உள்ளே வர வேண்டாம். நடந்தது கொலையா,

தற்கொலையான்னு தெரியாது, ஸோ வெயிட் அவுட் சைடு" எனக் கூறி உள்ளே அவர் மட்டும் நுழைந்தார்.

நுழைந்த சில வினாடிகளிலேயே இறந்து அரை மணி நேரத்திற்குள் தான் இருக்கும் என்பதை யூகித்த அன்புச்செழியன் உள்ளிருந்த படி "அருண் நீங்க போய் அந்த ரூம் பாய்யை கூட்டிட்டு வாங்க" என்றார். உடனே படிக்கட்டுகள் வழியே இறங்கி சென்றான். இரண்டு மூன்று நிமிடத்தில் லிப்ட் வழியே மேனேஜர் அருண் அந்த ரூம்பாய் இருவரும் கணேஷோடு வந்து சேர்ந்தனர்.

அதற்குள் வெளியே வந்த அன்புச்செழியன் ஜன்னல் வழியே பாடியை எட்டிப் பார்த்தார். அதில் பாடியின் வலது கை தலைக்கு அருகே நீட்டப்பட்டு இரத்தம் தெரித்திருந்தது மட்டும் தெளிவாக தெரிந்தது. பின்னோக்கி வந்து திரும்பி நின்று எண்143 ரூம் கதவின் அருகே வந்தவர் தன் பாக்கெட்டில் உள்ள செல்போனை எடுத்தார். "சார்" என்று அழைத்தான் அருண்.

அருகே ரூம் பாய் நிற்க அவனை பார்த்து "இந்த ஜன்னல் வழியே தானே பார்த்த" என்றார். அவன் அதற்கு "ஆம்" என்பது போல் பயத்துடன் தலையாட்டினான். "நீ என்ன பாத்த, பாத்தப்போ உயிர் இருந்துச்சா" என்று வினவினார். உடனே அதற்கு அந்த ரூம் பாய் "சார் பார்க்கும் போது கை மட்டும் தான் தெரிஞ்சுது ஆனா இரத்தம் நிறைய

தெறிச்ச மாதிரி தெரிஞ்சதுமே நான் பயந்து கீழே போய்டேன் சார்" என்றான். உடனே கணேஷை பார்த்து அன்புச்செழியன் "ஒன் டைம் உள்ளே போய் பாத்துட்டு வா கணேஷ், உனக்கு எதாவது தெரியுதான்னு பாப்போம்" என்றார்.

உள்ளே சென்ற கணேஷ் சில வினாடிகள் கழித்து ஓர் யோசனையுடன் திரும்பி வெளி வந்தான். "என்ன சார் ஏஇ ன்னு பிளட்ல எழுதி அப்புறம் பாதியிலே நின்னுருக்கு" "பக்கத்துல ஒரு டி.்ப்ரன்ட்டான ஒரு நை்ப் இருக்கு" என்றான். எதிரே இருந்த அன்புச்செழியன் "இத பாத்தா உனக்கு என்ன தோணுது கணேஷ்?" என்றார்.

உடனே கணேஷ் "சார் இதப் பாத்தா கன்்பார்ம் மர்டர் மாதிரி தான் தெரியுது" என்றான். உடனே "எப்படி சொல்ற?" என்றார் அன்புச்செழியன். அதற்கு கணேஷ் "சார் கொன்னவனோட பேரை எழுத ட்ரை பண்ணிருக்கான்" என்றான். அதற்கு அன்புச்செழியன் "குட்..பட்்".... "கொன்னவன் வெப்பன்ஸ எவிடன்ஸா விட்டுட்டு போக மாட்டான் ஸோ, தன்னோட ஷூஸைடுக்கு காரணமா இருந்தவங்க பேரைக் கூட எழுத ட்ரை பண்ணிருக்கலாமே!" என்றார்.

உடனே ஆச்சரியத்துடன் பார்த்த கணேஷ் "சார் நீங்க ஜீனியஸ் சார் கேஸை இப்பவே பாதி முடிச்சுட்டீங்க" எனப் புகழ்ந்தான். "உடனே ஸ்டேஷனுக்கு இன்்பார்ம் பண்ணி ஆக வேண்டியத பாருங்க" "நான் போய் அந்த பொண்ணோட மர்டர்

கேஸ் விசயமா ஏலியா பேமிலி தென் ஆடிட்டர் பக்தவத்சலத்த பாத்துட்டு வந்துடறேன்" எனக்கூறி வண்டி சாவியை கணேஷிடம் இருந்து பெற்றுக் கொண்டு விடை பெற்றார், ஏசி அன்புச்செழியன்.

ஜீப்பில் ஏறிய அன்புச்செழியன் வண்டியை ஸ்டார்ட் செய்ய நான்கைந்து கிலோமீட்டரை கடந்து வல்லத்தில் உள்ள காந்தி நகருக்குள் புகுந்து பேப்பரில் எழுதியிருந்த முகவரிக்கு அருகே சென்று நின்றது. ஆனில் வண்டியை ஆப் செய்து சாவியை எடுத்தவர் ஆடிட்டர் பக்தவத்சலத்திற்கு போன் செய்தார். ஓரிரு நிமிடங்கள் பேசி முடித்து விட்டு போன் இணைப்பை துண்டித்த அன்புச்செழியன் ஏலியாவின் வீட்டை நோக்கி சென்றார். அழுகையின் சப்தம் இன்னும் ஓயவில்லை. பழைய கேட்டை "க்ரீச்" என்ற சத்தத்துடன் திறந்து உள்ளே சென்ற அன்புச்செழியன் தனது பூட்ஸை கழற்றி ஓர் ஓரத்தில் விட்டபடி நின்றார்.

ஏலியா பேமிலி ஒரு மிடில்கிளாஸ் குடும்பம் என்பதை வீட்டில் இருக்கும் ஒவ்வொரு பொருளும் உணர்த்தியது. அன்புச்செழியனை பார்த்ததும் ஏலியாவின் தந்தை அலெக்ஸ் வாசலுக்கு வந்து "சார் நீங்க!?" என இழுத்தவருக்கு கண்களில் கண்ணீர் வந்த வண்ணம் இருந்தது.

உடனே "உங்க பொண்ணோட கேஸ் விசயமா விசாரிக்க வந்துருக்கேன்" எனக் கூறி தன்னை அறிமுகம் செய்தார். "சார் சொல்லுங்க" என

அலெக்ஸ் கூற உடனே வாசல் வழியே "சார்" என்று வணக்கம் வைத்தபடி உள்ளே நுழைந்தார் ஆடிட்டர் பக்தவத்சலம்.

"வாங்க சார்" எனக்கூறி அவரை அமர வைத்தார் அலெக்ஸ். அன்புச்செழியன் தொடர்ந்தார் "உங்க பொண்ணு ரெகுலரா என்ன டைம் வொர்க்குக்கு போவாங்க?" என கேட்டதற்கு "எப்பவும் ஏழரை மணிக்கு தான் போவா ஆனா, அன்னைக்கு கொஞ்சம் முக்கியமான வேலைன்னு ஆறு மணிக்கு முன்னாலேயே கிளம்பிட்டா" என்றார் அலெக்ஸ்.

"இல்ல அன்னைக்கு ஒரு முக்கியமான ∴பைல் வொர்க்" "உங்களுக்கே தெரியும்" "அசோக்&கோ கம்பெனி க்ளோஸிங் ஸ்டேட்மென்ட் பிக்காஸ் கோர்ட் ஆர்டர் ஸோ, அத முடிக்கத்தான் இயர்லி மார்னிங் வரச்சொன்னேன். பட், இப்படி ஆகும்னு நான் நெனைக்கல" என்று கண் கலங்கியபடி கூறினார் பக்தவத்சலம்.

அதனைக் கேட்ட அன்புச்செழியன் "லவ் மோட்டிவ் எதாவது இருக்கா?" என்றார்.

அதற்கு அலெக்ஸ் "அப்படியெல்லாம் ஒண்ணும் இல்ல" என்றவர் "ஆனா ஒரு பையன் லவ் பண்றதா சொல்லி அடிக்கடி பின்னாலேயே வருவான்னு ஒரு டூ த்ரீ டைம்ஸ் சொல்லியிருக்கா" எனக் கூற அதற்கு பக்தவத்சலம் "ஆமா சார் என் கிட்டையும் சொல்லிருக்கா, அதுக்கு நான் ரொம்ப

டிஸ்ட்ரப் பண்ணுனா சொல்லுமா ஒரு கம்ளைண்ட் கொடுத்துடலாம்னு சொன்னேன்.

அதுக்கு இல்லைங்க அங்கிள், பெருசா ஒண்ணும் இல்லைனு சொல்லிட்டா" என்றார். சற்று யோசித்தவாறு அன்புச்செழியன் "அவன் யாருன்னு தெரியுமா?" எனக் கேட்க, அதற்கு அலெக்ஸ் "அவன பத்தி ஒண்ணும் தெரியாது ஆனா அவன் இதே ஊர் தான்னு தெரியும். அப்புறம், ஏலியா வொர்க் பண்ற ஆபிஸ் பக்கத்துல தான் இருக்கான்னு சொல்லியிருக்கா" என்றார். அதற்கு பக்தவத்சலம் "ஆமா சார் ஏலியா ஒன் டைம் சொல்லியிருக்கா பக்கதுல இருக்குறதால தான் அவன் வர்றான் பட், வீட்டு கிட்டயெல்லாம் வந்ததில்லை ரொம்பவும் டிஸ்ட்ரப் பண்ணுனா சொல்றேன்னு சொன்னா" என்றார்.

"ஓகே அலெக்ஸ் ஏலியாவோட மொபைல் போன் ஒரு டூ டேஸ்ல கொண்டு வந்து கொடுத்துடறேன்" எனக்கூறி மொபைலைப் பெற்றுக் கொண்டு "உங்க ரெண்டு பேர் கிட்டையும் எங்க டிபார்ட்மெண்ட்ல இருந்து கணேஷ்னு ஒருத்தர் வருவாரு அவர் கிட்ட என் கிட்ட சொன்ன சேம் டிட்டைல் அப்படியே சொல்லிடுங்க பிக்காஸ் அவன நெருங்கிட்டோம்" என்றார் விரைப்பாய். உடனே இருவரும் "சரி" என்பது போல் தலையை ஆட்டினர்.

உடனே அலெக்ஸ் "அவன பிடிச்சதும் உடனே எனக்கு சொல்லுங்க சார் அவனப் பாத்து ஏன்டா என்

தங்கத்த இப்படி பண்ணுனனு கேட்கனும்" என்றவர் கதறி அழத் தொடங்கினார். அவரை சமாதானம் செய்தார் பக்தவத்சலம்.

இருவரும் விடை பெற்று வெளியே வந்தனர். வெளியே வந்த பக்தவத்சலம் "ரொம்ப டேலன்ட்டான பொண்ணு சார்" என்றார் கவலையாய். அதற்கு "ஈஸ்ட்" என்றார் அன்புச்செழியன். "எஸ் சார் நல்லா வொர்க் பண்ணுவா நம்ம அசோக்&கோவோட சிட்பண்ஸ் பைனான்ஸ் க்ளோஸுங் ∴பைல் ∴புல்லா அவ தான் பாத்துட்டு இருந்தா" "ரொம்ப மரியாதையான பொண்ணு சார்" என மிகுந்த கவலையாய் கூறினார்.

உடனே அதற்கு அன்புச்செழியன் "டோன்ட் ∴பீல் பக்தவத்சலம் கொன்னவன் யாரு எதுக்காக கொன்னான்னு ஒன் ஆர் டூ டேஸ்ல தெரிஞ்சுடும் ஓகே" என்று ஆறுதலாய் கூறிவிட்டு தன் ஸ்கார்பியோவை நோக்கிச் சென்றார் அன்புச்செழியன்.

வண்டி கஸ்தூரி லாட்ஜை நோக்கி செலுத்தினார்.

அத்தியாயம் 4

தேதி:4.9.22

ஸ்டேஷனுக்கு வந்த சேர்ந்த சமித்ரனும், விக்னேஷும் வண்டியை நிறுத்தி விட்டு உள்ளே சென்றனர். தன் கைக்கடிகாரத்தை பார்த்த சமித்ரனுக்கு நேரம் காலை 9:15 என்பதை காட்டியது. எஸ்.ஐ. சந்தோஷ்குமார் சதிஷ்குமாரின் போஸ்மார்ட்டம் ரிப்போர்ட்டை கொண்டு வந்து கொடுக்க, அதனை வாங்கி பிரித்த சமித்ரன் முழுவதுமாய் படித்து விட்டு விக்னேஷை பார்த்தான்.

அதற்கு விக்னேஷ் "சார்!!!! என இழுக்க, பேசத் தொடங்கினான் சமித்ரன் "ரிப்போர்ட்ல ஏசில இருக்குற பில்டர்ல ஓவரா டெஸ்ட் பா∴ம் ஆச்சுனா ஜாயிண்ட் டியூப்ல ஒவர் லோடாகி ∴பிரியான் கேஸ் ∴பாம் ஆகி லீக் ஆகும். அதுல ப்ரித்திங் ப்ராபளம் ஆகி டெத் நடந்திருக்கு. ஸோ இட் ஸ எ ஆக்ஸிடன்ட்னு டிடைல் போட்டிருக்கு விக்னேஷ்" என்றான் தன் நெற்றியை வருடியபடி. அதற்கு விக்னேஷ் "ஸோ கேஸ் க்ளோஸ்டா சார்" என்றான்.

அதற்கு சமித்ரன் "ஆம்" என்பது போல் விரக்தியாய் தலையசைத்தான். "விக்கி அந்த ட்ராவல்ஸ் டிடைல்" என்றான் சமித்ரன். அதற்கு

உடனே ஸ்டேஷன் இண்டர்கார்மில் கால் செய்து விசாரித்து விட்டு பெரு மூச்சு விட்டான் விக்னேஷ். "சார் சுசி ட்ராவல்ஸ்ல சதிஷ்குமார் நேம்ல புக் பண்ணி சீட் கன்ஃபார்ம் ஆகியிருக்கு சார்" என்றான் விக்னேஷ்.

உடனே விக்னேஷை அழைத்துக் கொண்டு ஸ்டேஷனை விட்டு வெளியே வந்தான் சமித்ரன். மௌனமாய் இருந்த சமித்ரனை பார்த்து விக்னேஷ் "சார் மே பி கேஸ் க்ளோஸ்டு" என்றான் சலிப்பாய்.

அதற்கு சமித்ரன் "சதிஷ்குமாரோட மொபைல் இந்த ஒன் வீக்ல எங்கெங்க ட்ராவல் ஆகியிருக்கு தென் கால் டிட்டைல்ஸ் வெரி குயிக்கா எடுங்க" என்று வேகமாய் கூற அதற்கு "சார் ஆல் ரெடி எடுத்தாச்சு நோ யூஸ் மொபைல் சென்னை ட்ராவல் ஆகியிருக்கு தென் நோ அன்நெஸசரி கால்ஸ்" என்று கூறி கவரை நீட்டினான் விக்னேஷ்.

அதனை வாங்கி படித்துப் பார்த்த சமித்ரன் சட்டென யோசித்து "விக்னேஷ் நம்ம பேட்ஜ்ல இருந்தவங்க தஞ்சாவூர்ல எத்தன பேர் இருக்காங்கன்னு கொஞ்சம் ஃபாஸ்ட்டா பாரு ப்ளீஸ்" என்றான்.

அதற்கு "ம்" கொட்டிக் கொண்டே தனது செல்போனை எடுத்தான். சிறிது நேரம் பேசிவிட்டு செல்போனை அணைத்து பாக்கெட்டுக்குள் வைத்தான்." சார் சொல்லிருக்கேன் வெயிட்

பண்ணலாம்" என்றவனிடம் சமித்ரன் "ட்ராவல்ஸ்ல டிக்கெட் புக் பண்ணிட்டு போகம கூட இருக்கலாம்ல" என்று ஒர் யோசனையாய் கூற, அதற்கு விக்னேஷ் "சார் அப்படியும் பண்ணலாம்;அதுக்கு பதிலா வேற ஒருத்தரையும் அனுப்பலாம் இல்ல வராத சீட்டுக்கு அந்த பஸ் டிரைவர்கள் லோக்கல் கமிஷன் ஏஜன்ட்டுகள் மூலமா ட்ராவல்ஸ் ஒனருக்கு தெரியாம வேற யாரையாவது பிக்கப் பண்ணிடுவாங்க அதுக்கு ஆள் வந்த மாதிரி என்ட்ரி போட்டுடுவாங்க" என்றான்.

உடனே "எஸ் தட்ஸ் ரைட் ஸோ, ட்ராவல்ஸ் ஈஸ் நாட் எ எவிடன்ஸ்" என்றான் சமித்ரன். "சார் பட் மொபைல் போன் லொக்கேஷன் ஈஸ் ட்ரூ" என்றான் விக்னேஷ் ஒரு வித குழப்பமாய்.

"எஸ் நீ சொல்றது சரிதான் பட் அத கூட சென்னை வரைக்கும் ட்ராவல் பண்ண வச்சுருக்கலாமே" என்றான் சமித்ரன் புத்திசாலித்தனமாய்.

அதற்கு விக்னேஷ் "சார் க்ளோஸ் ஆகப் போற கேஸ் மேல எதுக்கு இவ்ளோ டவுட்" என்று கூறி பெரு மூச்சு விட்டான். "போலீஸோட மூன்றாவது கண் ஒண்ணு இருக்கல்ல, அது இதுல என்னமோ ஒண்ணு இருக்குன்னு சொல்லுது விக்னேஷ்" "தென் இதுல வேற ஒரு மேட்டர் இருக்கு வெயிட் பண்ணு சொல்றேன்" என்றான் சமித்ரன்.

ட்ரீங்...ட்ரீங்... என விக்னேஷ் செல்போன் சிணுங்க "ஹலோ" என செவிமடுத்தான். மூன்று நிமிட செல்போன் உரையாடல் முடிந்த பின் சமித்ரனிடம் பேச ஆரம்பித்தான் விக்னேஷ். "சார் தஞ்சாவூர்ல நம்ம பேட்ஜ் மேட் எஸ்.ஐ. ராஜன் அப்புறம் எஸ்.ஐ. பரத் ரெண்டு பேரும் இருக்காங்க அவங்க கான்டக்ட் நம்பரும் வாங்கிட்டேன் சார்" என்றான்.

"வெரி குட் விக்கி உடனே அவங்களுக்கு கால் பண்ணி அங்க இருக்குற எல்லா லாட்ஜ் ஹோட்டல்ல ஆகஸ்ட் 31 டேட்ல இருந்து செப்டம்பர் 2 டேட் வரைக்கும் தங்குன லிஸ்ட் தென் அதுல முக்கியமா ∴பேக் ஐ.டி எத்தனைன்னு லிஸ்ட் ப்ரீபேர் பண்ணுங்க" என்றான் சமித்ரன். அதற்கு ஓகே சொல்லி வேலையை தொடர்ந்தான் விக்னேஷ்.

ஸ்டேஷனுக்குள் வேகமாய் சென்ற விக்னேஷ் வழக்கத்திற்கு மாறாய் ஏட்டு மோகன் புலம்பியபடி விக்னேஷ் அருகே வர "என்ன சார்" என்று வினவினான். அதற்கு அவர் "சார் ஒரு சின்ன ஆக்ஸிடன்ட், டிரைவர் ஸ்பாட் அவுட் சார் டி போர்டு வண்டி" என்றார்.

"வண்டி நம்பர்?" என்று சுருக்கமாய் கேட்டான் விக்னேஷ். அதற்கு ஏட்டு மோகன் "வண்டி நம்பர் டிஎன்49 ஆர் 8588 வெளியூர் வண்டி சார் இதோட டிடைல் எடுக்கனும் அது தான்" என எரிச்சலாய்

கூறினார் ரிட்டைடுமெண்டை நெருங்கிக் கொண்டிருக்கும் மோகன்.

அதற்கு விக்னேஷ் "ஆக்ஸிடன்ட் ஆன வண்டிய ஸ்டேஷன் கொண்டு வந்துட்டிங்களா?" என்றான். அதற்கு மோகன் "விடியக்காத்தால நடந்திருக்கு இதோ இப்பதான் பார்மால்டிஸ் முடிச்சு கொண்டு வந்துட்டோம்" என்று அப்பளமாய் நொறுங்கி இருந்த ஆம்னி வேனை தன் கைகளை நீட்டி காண்பிக்க, அதன் அருகே சென்ற விக்னேஷ் அதனுள் மிக சிரமமாய் சென்று ஆராய ஆரம்பித்தான்.

அதிலிருந்த விசிட்டிங் கார்டுகள் வண்டியின் பேப்பர்கள் பென்ட்ரைவ் என அனைத்தும் எடுத்தபடி வெளிவந்தான்.

விசிட்டிங் கார்டு மற்றும் வண்டியின் பேப்பரை மோகன் கையில் கொடுத்து விட்டு "இத வச்சு ஈஸியா டிட்டைல்ஸ் எடுத்துடலாம் சார்" என்று அவருக்கு உதவியாய் கூறிவிட்டு, கிளம்பினான்.

கமிஷனரிடம் பேசிவிட்டு வந்த சமித்ரன் விக்னேஷ்க்கு கால் செய்து "விக்கி, கமிஷனர் சதிஷ்குமாரோட கேஸ் ஃபைல க்ளோஸ் பண்ண சொல்லிட்டாரு ஸோ, நீ என்ன பண்றைனா சதிஷ்குமாரோட கேஸ் ஃபைல ஒரு காப்பி தனியா எடுத்து வை" என்று சொல்லி விட்டு கிளம்பினான்.

சிறிது நேரம் கழித்து சமித்ரனை பார்த்த விக்னேஷ் வழக்கம் போல் ஒரு சல்யூட்டை

வைத்து விட்டு தொடர்ந்தான் "சார் டோட்டலா எல்லா லாட்ஜ் அன்ட் ஹோட்டல் எல்லாம் செக் பண்ணியாச்சு அதல கேன்ஸ்லேஷன் போக கன்∴பார்ம் பில்ஸ் 250 சார் தென் நீங்க சொன்ன ஏரியா சரவுண்டிங்கில மட்டும் 43 கன்∴பார்ம் புக்கிங் அதுல ∴பேக் ஐடி த்ரீ இருக்கு சார்" என்றான். அதற்கு சமித்ரன் "ஓகே வெரி குட் தென் சதிஷ்குமாரோட ∴பைல் காப்பி!!! என இழுக்க "சார் அர்ஜன்ட்ல அத ஒரு பென்டிரைவ்ல காப்பி பண்ணிட்டேன்" என்றான் விக்னேஷ்.

உடனே விக்னேஷிடம் மெதுவாய் "ஓகே விக்கி ஒரு டு,த்ரீ டேஸ் லீவ் போட்டுருங்க" "நாம தஞ்சாவூர் போறோம். பட், யாருக்கும் தெரிய வேண்டாம்" என்று காதில் ஓதினான், சமித்ரன். அதற்கு விக்னேஷ் ஓர் யோசனையாய் "சார்ர்ர்!!" என இழுத்தான்.

உடனே அதற்கு "எஸ் விக்கி நாம கண்டிப்பா போறோம். "டுடே ஈவினிங் ரெடியா இரு" என்று கூறி, விக்னேஷின் பேச்சை பொருப்படுத்தாமல் சென்றான் சமித்ரன்.

"ஒண்ணுமில்லாத முடிஞ்சு போன கேஸ எதுக்குத் தான் இப்படி குடைகிறாரோ?" என்று மனதிற்குள் புலம்பியபடி சென்றான் விக்னேஷ்.

அத்தியாயம் 5

. . . .

வீட்டிலிருந்த அன்புச்செழியன் ஏலியாவின் செல்போன் டிடெல்ஸை எடுத்தவர் அதில் சந்தேகத்திற்கு இடமாக ஒன்றுமில்லை என்பதை உணர்ந்தார்.

அவருடைய செல்போன் சிணுங்க அதனை எடுத்து "ஹலோ" என்றார். மறுமுனையில் "சார் வல்லம் ஏரியா போலீஸ் ஸ்டேஷனிலிருந்து எஸ்.ஐ. சந்தீப் பேசறேன்" "கொலை நடந்த இடத்துல இருந்து கொஞ்ச தூரத்துல ஒரு சிசிடிவி கேமிரா இருக்குங்க சார் ஸொ, நாம அத செக் பண்ணினா ஏதாவது ஒரு க்ளூ கிடைக்கும்" என்று கூற அதற்கு "சரி" என்று கூறிய அன்புச்செழியன் வெளியே நின்று கொண்டிருந்த கணேஷை அழைத்து "வல்லம் வரைக்கும் போகணும் வா" என்றார், ஆர்வமாய்.

ஸ்கார்பியோவை நோக்கி நடந்த இருவரும் வண்டியில் அமர்ந்தனர். வண்டியை வழக்கத்திற்கு மாறாக அதிவேகத்தில் எடுத்தான் கணேஷ். சில நிமிடங்களிலேயே அவ்விடத்திற்கு வந்து சேர்ந்தனர். வண்டியை நிறுத்தி விட்டு இருவரும் இறங்கி அந்த கடையை நோக்கி சென்றனர்.

"அன்பு உணவகம்" என்ற பெயர்ப் பலகையை பார்த்த இருவரும் உள்ளே நுழைய கடையின்

முதலாளி பாஸ்கரன் "சார் சொல்லுங்க" என்று மிக பவ்யமாய் கேட்டான். "இந்த கடை எத்தன வருஷமா இருக்கு" என்ற கணேஷின் கேள்விக்கு "சார் இருபது வருஷமா வச்சுருக்கேன் சார்" என்றான் பாஸ்கரன். "இந்த கேமிரா ஒர்க் ஆகுமா?" என்றான் கணேஷ்.

அதற்கு "ஆகும் சார் பத்து நாளோட ரிக்கார்டு இதுல ஸ்டோரேஜா இருக்கும்" என்றான் கடை உரிமையாளர் பாஸ்கரன். அதற்கு "வா, பார்ப்போம்" என்றார் ஏசி அன்புச்செழியன்.

மூவரும் சென்று பார்க்க கணேஷ் சிஸ்டத்தை ஆப்ரேட் செய்தான். சரியாக ஏலியா கொலை செய்யப்பட்ட தேதியை டச் செய்து அதிகாலை நேரத்தை ஒட்டி விட சட்டென "நிறுத்து" என்றார் அன்புச்செழியன்.

அதில் ஒருவன் ப்ளூ சர்ட் ப்ளாக் பேண்ட் அணிந்தபடி சாலை ஓரத்தில் தோளில் ஒரு பேக் அணிந்தபடி சென்றது தெரிந்தது. முகத்தை சுற்றி துணியை கட்டி மறைக்கப் பட்டிருந்தது. சற்று மங்கலாய் தெரிய மிகுந்த யோசனையோடு அன்புச்செழியன் அதனை பலமுறை பார்த்துவிட்டு அந்த ∴புட்டேஜ் மட்டும் கணேஷைப் பார்த்து காப்பி பண்ண சொன்னார். அதனை காப்பி செய்தான் கணேஷ்.

பிறகு அதே கடையில் டீ யை அருந்தினர். டீயை குடித்தபடி அன்புச்செழியன் "கணேஷ்

∴பேஸ் சரியா தெரியல, பட் ப்ளூ சர்ட் ப்ளாக் பேண்ட் அன்ட் ஒரு ப்ளாக் கலர் பேக் மட்டும் தெளிவா தெரியுது" என்றவர் சட்டென டீ கிளாஸை பாதியிலேயே வைத்துவிட்டு "கணேஷ், குயிக்கா வண்டிய ஆபிஸ்க்கு விடு" என்றார்.

உடனே பாதி டீயோடு பாஸ்கரனின் போன் நம்பரை வாங்கிக் கொண்டு வண்டியை கிளப்பினான் கணேஷ்.

பதினைந்து நிமிட பயணம் முடிந்து வண்டியை அன்புச்செழியன் ஆபிஸுல் நிறுத்தினான். வேகமாய் இறங்கி உள்ளே சென்ற அன்புச்செழியன் "கணேஷ் அந்த ஸௌஸைடு கேஸ் ∴பைல் எடு" என்றார். உடனே அதனை எடுத்தபடி "சார் ஸௌஸைடு பண்ணுன பையன பத்தி ∴புல் டிட்டைல் எடுத்தாச்சு சார்" என கொஞ்சம் தயக்கத்துடன் கூறினான்.

அதற்கு அன்புச்செழியன் "இத ஏன் முன்னாடியே சொல்லல" எனக் கத்தினார். அதற்கு "சாரி சார்" என்றவன் ∴பைலை கொடுத்தபடி தொடர்ந்தான் கணேஷ். "இறந்தவன் பேரு இம்ரான் சார் அவன் அசோக்&கோ கம்பெனியில கன்ஸியூமர் எலக்ட்ரானிக் செக்ஷன்ல சர்வீஸ் இன்ஜினியரா இருந்துருக்கான். அவன் வீட்டு அட்ரஸ் அவனோட ஆல் டிட்டைல் அவன் கொண்டு வந்த பேக்ல ஐடி கார்டு இருந்துச்சு அதுல கன்ஸியூமர் எலக்ட்ரானிக் சம்பந்தப்பட்ட ஸ்பேர்ஸ் கொஞ்சம் இருந்துச்சு ஸோ, அதுல இருந்த டிட்டைல நோட் பண்ணிட்டேன்

சார்" என்று நீளமாய் சொல்லி முடித்தான். அதற்கு "ஓகே அந்த பேக் எந்த மாதிரியான பேக்" என்றார் அன்புச்செழியன்.

அதற்கு கணேஷ் "சார் ஒரு லேப்டாப் பேக்" எனக்கூறினான். "ஓகே அந்த பொண்ணு பின்னாடி ஒருத்தன் சுத்தீட்டு இருந்ததா ஒரு ஸ்ட்ராங் நியூஸ் இருக்கு" இறந்துபோன இம்ரானோட ட்ரஸ் ப்ளூ& பேண்ட் கலர் ப்ளாக் தானே" என்றார் அன்புச்செழியன்.

உடனே மிகுந்த ஆச்சரியத்துடன் "சார் அந்த வீடியோ ∴புட்டேஜ்ல!!!! என இழுத்தான் கணேஷ். "எஸ் கணேஷ் அவன் AE ன்னு சாகறப்போ ஒரு அடையாளத்த விட்டுட்டு போயிருக்கான் அது ஏலியான்னு அந்த பொண்ணோட பேரத்தான் எழுத ட்ரை பண்ணியிருக்கான் எல்லாம் பர்∴பெக்ட்டா மேட்ச் ஆனா இந்த கேஸ் மே பி க்ளோஸ்டு" என கெத்தாக சொல்லி முடித்தார் அன்புச்செழியன்.

"சார் டவுட்டே கிடையாது. கன்∴பார்ம் தான் சார் இந்த கேஸ் க்ளோஸ்டு" என்றான் கணேஷ் உற்சாகமாய்; "அப்புறம் ரெண்டு கேஸோட மார்ச்சுவரி போஸ்ட்மார்டம் ரிப்போர்ட் பார்த்துட்டு தான் கேஸ் க்ளோஸான்னு சொல்ல முடியும் ஓகே" என்ற அன்புச்செழியன் அங்கிருந்து கிளம்ப கணேஷ் போஸ்ட்மார்டம் ரிப்போர்ட் வாங்க ஜி.ஹெச் சென்றான்.

சிறிது நேரத்தில் ரிப்போர்ட்டை வாங்கிக் கொண்டு அன்புச்செழியனின் வீட்டிற்குச் சென்றான்.

பெரிய காம்பௌண்ட்களோடு சுற்றிலும் குரோட்டன்ஸ் செடிகள் சூழ்ந்திருக்க முன்னால் இருந்த செக்யூரிட்டியிடம் பேசிவிட்டு உள்ளே நுழைந்தான். பெரிய துப்பாக்கியுடன் நின்றிருந்த அன்புச்செழியனின் புகைப்படம் மிக பிரம்மிப்பாய் இருந்தது.

அறையினில் வெளிப்பட்ட அன்புச்செழியன் "வா கணேஷ்" என வெல்கம் வைத்து தனது இருக்கையில் அமர்ந்தார். கணேஷ் தன்னிடம் இருந்த கவரை அவர் முன் நீட்டியபடி அமர்ந்தான். அதனைப்

பிரித்தவர் முழுவதுமாய் படித்தார். பிறகு கணேஷிடம் அதிலிருந்த ஒரு சில வரிகளை காண்பித்தார். அதில் ஏலியாவின் கழுத்து மற்றும் வாய்பகுதி அறுக்கப்பட்ட ஆயுதம் ஓர் கூரான 20 சென்டிமீட்டர் அளவுள்ள ஓர் இரும்பு உலோகத்தை சார்ந்தது. அது கிட்டத்தட்ட அறுவை சிகிச்சைக்குப் பயன்படுத்தப்படும் கத்தியைப் போன்றது.

மேலும் அதன் முனைப்பகுதி ஒன்றறை சென்டிமீட்டருக்கு வளைந்துள்ளது எனவும் அதன் கைப்பிடி கைக்கு அடக்கமானது அதனால் ஒரு சிறிய அழுத்தம் கொடுத்தாலே அது மிகப்பெரிய காயங்களை உண்டாக்கும். மேலும்

அதன் கூர் பகுதியின் அளவுகள் துல்லியமாக குறிப்பிடப்பட்டிருந்தது.

அதன் பின் லாட்ஜில் இறந்த இம்ரானின் ரிப்போர்ட்டை எடுத்து காண்பித்தார். அதில் முன்பு குறிப்பிட்டிருந்த ஏலியாவை கொல்ல பயன்படுத்திருந்த ஆயுதம் பற்றிய விபரம் முழுவதும் அப்படியே அச்சு பிழறாமல் இருந்தது. ஆயுதத்தின் அளவீடுகள் அனைத்தும் ஒத்துப் போனது.

அதனை முழுவதுமாய் படித்து விவரித்த ஏசி. அன்புச்செழியனை எஸ்.ஜ.கணேஷ் ஆச்சரியத்தோடு பார்த்து விட்டு "சார் ரெண்டு ∴பேம்லிக்கும் இன்∴பார்ம் பண்ணிடுறேன் சார். ஒரு ப்ரஸ் மீட் அரேன்ஞ் பண்ணி நியூஸ் கொடுத்துடாலம் சார்" என்றான் கணேஷ். "அப்போ நான் கமிஷனர் கிட்ட இந்த நியூஸ்ச பாஸ் பண்ணிடுறேன்" என்றார் அன்புச்செழியன். "எஸ் சார்" என்றபடி கிளம்பினான் கணேஷ்.

அத்தியாயம் 6

தேதி 4.9.22 நேரம் சுமார் இரவு ஒன்பது மணி இருக்கும். வண்டியில் சிறிது நேரம் உறங்கிய சமித்ரன் விழித்துப் பார்த்தான். துணிக்கடைகள் மற்றும் உணவகங்களில் மக்கள் சுற்றித்திரிய மிக நெரிசலான கூட்டத்தின் ஓர் ஓரத்தில் ஹோட்டல் "சாரதா லாட்ஜ்" தஞ்சாவூர் என்ற பெயர் பலகை சில்வர் நிற ஸ்டீல்களால் அலங்கரிக்கப்பட்டிருந்ததை பார்த்த சமித்ரன் லாட்ஜின் வெளியே தனது கார் நின்று கொண்டிருப்பதை உணர்ந்தான்.

தூக்கத்தை கலைத்து அருகில் இருந்த கடையில் "ஒரு டீ ஒரு பாக்கெட் கிங்ஸ் லைட்ஸ்" எனக் கேட்க கடைக்காரர் அதனை சமித்ரனிடம் தர ஒரு கையில் டீ யும் ஒரு கையில் சிகரெட்டுமாய் தெரிந்தான். சாரதா லாட்ஜ் படியில் இருந்து இறங்கிய விக்னேஷ் "சார் ஏசி ரூம் போட்டாச்சு இங்க வெயில் கொன்னெடுத்துடும்" என்றவன் சமித்ரன் கொடுத்த டீயையும் சிகரெட்டையும் பெற்றுக் கொண்டு சுவைத்தான். ஓரிரு நிமிடங்களில் கிளாஸையும் காசையும் கடைக்காரரிடம் கொடுத்து விட்டு லக்கேஜ்களை எடுத்துக் கொண்டு இருவரும் உள்ளே சென்றனர்.

உடனே ரூம் பாய் வந்து லக்கேஜ்களை வாங்கிக்கொண்டு ∴பர்ஸ்ட் ப்ளோருக்கு லிப்டில் அழைத்துச் சென்றான். ரூம் நம்பர் 108 அருகே வந்ததும் சாவியை எடுத்து நுழைத்து கதவை திறந்தான். லட்கேஜ்களை ரூம் ரேக்கில் வைத்து விட்டு "சார் ∴புட் ஏதாவது வேணுமா" என்றான் ரூம் பாய். அதற்கு "இங்க நான்வெஜ் எங்க நல்லா இருக்கும்?" என விக்னேஷ் கேட்க அதற்கு "சார் பக்கத்துல ஹோட்டல் வசந்தபவன் இருக்கு அங்க சூப்பரா இருக்கும்" என ரூம் பாய் கூற உடனே காசை கொடுத்து ஆர்டர் செய்தான் விக்னேஷ். இருவரும் உடைகளை மாற்றிவிட்டு அமர்ந்தனர்.

விக்னேஷ் தன் பையில் இருந்த பாக்ஸை எடுத்துப் பிரித்தான். ப்ளேக் டா∴க் விஸ்கி என எழுதப்பட்டிருந்த கண்ணாடி பாட்டிலை திறந்தான். விஸ்கியை இரு டம்ளரில் ஊற்றினான்.

இரண்டு ரவுண்டுகளை கடந்து கொண்டிருக்க "டிங்டான்ங்" என்ற அழைப்புமணியை செவிமடுத்து கதவை திறந்தான் விக்னேஷ். ரூம் பாய்யிடம் பார்சலை பெற்றுக்கொண்ட விக்னேஷ் மீதி சில்லரையை டிப்ஸ்ஸாக கொடுத்து அனுப்பினான்.

இருவரும் அசைவ உணவை ஓர் பதம் பார்த்து விட்டு உறங்கினர். அதிகாலையில் இருவரும் எழுந்தனர். காலைக்கடன்களை முடித்தபின் சமித்ரன் நியூஸ் பேப்பருக்குள் மூழ்கினான். பேப்பரின் முதல் பக்கமே அசோக்&கோவின்

சிட்பண்ட்ஸ் கம்பெனி மஞ்சள் நோட்டிஸ் கொடுத்த விவகாரத்தில் கம்பெனி சீஸ் செய்யப்பட்டது.

கம்பெனி மற்றும் சொத்துக்கள் ஏலம் விடப்பட்டு அதன் தொகை அரசிடம் செலுத்திய விசயத்தை படித்துக் கொண்டிருக்கையில் விக்னேஷ் சமித்ரனிடம் "சார் அவரோட அசோக்&கோ அண்ட் அசோக் சிட்பண்ஸ் ப்ரான்ச் கோயமுத்தூர்ல மூணு,திருச்சில ரெண்டு,இங்க தஞ்சாவூர்ல ரெண்டு அது போக வேற ஊர்களிலும் இருக்கு பட் அதெல்லாம் சிட்பண்ஸ் லாஸை ஈகவல் பண்ண முடியாது" என்று கூற

அதற்கு சமித்ரன் "சிட்பண்ஸ் எவ்ளோ வருஷமா ரன் ஆகுது?" எனக் கேட்க "அசோக்&கோ ஒரு இருபத்தி ஐஞ்சு வருஷமா இருக்கு பட் சிட்பண்ஸ் ஒரு பத்து வருஷமா தான் இருக்கு. ஆனா சிட்பண்ஸ் லாஸ் பல கோடிகளை தாண்டும் பாவம் அதுல அமோண்ட் போட்டவங்களுக்கு நாமம் தான்" என்றான் விக்னேஷ்.

அதற்கு சமித்ரன் "அவரோட ஒய்ஃப் குழந்தைகள் எல்லாம்" என இழுக்க, அதற்கு "சார் ஒரு மூணு நாலு வருஷத்துக்கு முன்னாடியே டைவர்ஸ் ஆகி பிரிஞ்சுட்டாங்க அவரு பையன் கூட டாக்டர்னு கேள்விப்பட்டேன்" என்றான் விக்னேஷ்.

உடனே சமித்ரன் "பட் அவரு நெறைய ஏழை குழந்தைகளுக்கு படிக்க ஹெல்ப் பண்ணிருக்காரு" "ஈஸ் எ குட் பர்ஸன்" எனக்கூறினான்.

பின் இருவரும் குளித்து விட்டு உணவருந்தி வெளியே வந்து ஹௌன்டாய் ஐ 20 நோக்கி செல்ல விக்னேஷ் காரை எடுத்தபடி கேட்டான் "சார் இப்போ நம்ம அடுத்த மூவ் எங்கே" எனக் கேட்க "அந்த ∴பேக் ஐடி கொடுத்த லாட்ஜ்க்கு போ" என சமித்ரன் கூற காருக்கு கியர்களை கொடுத்து இயக்க வண்டி வேகமெடுத்தது.

உடனே சமித்ரன் பேஜ்மேட் எஸ்.ஐ. பரத்திற்கு கால் செய்தான். எஸ்.ஐ. பரத் தன் மொபைல் போனை அட்டன்ட் செய்தபடி "ஹலோ சமித்ரன் எப்படி இருக்கீங்க" என்றான். "எஸ் குட்" எனக்கூறி விட்டு பேச்சை தொடர்ந்தான் "1,2 செப்டம்பர் டேட்ல நடந்த ஆல் கேஸ் டிட்டைல்ஸ் வேணும்" என்றான் அவசரமாய். அதற்கு ஓகே சொல்லி "வித் இன் டூ அவர்ஸ்ல ஐ வில் கிவ் தட் டிட்டைல்ஸ்" "தென் இப்ப எங்க இருக்கீங்க" என்றான் பரத்.

அதற்கு "நானும் விக்கியும் இப்போ லாட்ஜ்ல ∴பேக் ஐடி டிட்டைல்ஸ் விசயமா என்கொய்ரி பண்ண போயிட்டு இருக்கோம்" என்றான். "உங்க கேஸ் டிட்டைல் விசாரிச்சேன் சமித்ரன் த கேஸ் ஈஸ் ஆல்வேஸ் சால்வ்டு" "அப்புறம் ஏன் அத போட்டு தோண்டறீங்க" என்றான் பரத் லேசாய் சிரித்தபடி...

அதற்கு "அந்த கேஸ் சால்வ்டு தான் பட் அதுல வேற ஒரு லிங்க் இருக்கு முடிச்சுட்டு சொல்றேன்" என்றான் சமித்ரன். "அப்புறம் பரத் அந்த டவுட்டா

இருக்குற லாட்ஜ் லொக்கேஷன்ல ஆக்டிவேட்டா இருந்த மொபைல் நம்பர்ஸ் டிட்டைல்ஸ் வேணும்" என்றான் சமித்ரன்.

அதற்கு பரத் "அது சைபர் க்ரைம்ல தான் கிடைக்கும் நம்ம பேஜ் ராஜன் தான் அங்க எஸ்.ஐ ஆ இருக்காரு அவர காண்டெக்ட் பண்ணுங்க ஒகே" என்று சொல்லி பேச்சை முடித்தான் எஸ்.ஐ. பரத்.

உடனே தன் செல்போனில் எஸ்.ஐ ராஜனுக்கு கால் செய்தான் சமித்ரன். ஒரே ரிங்கில் அட்டண்ட் செய்த எஸ்.ஜ. ராஜன்" ஹலோ சமித்ரன் இங்க வந்தாச்சா வெயில் எப்படி இருக்கு" என்றான். அதற்கு சிரித்தபடி "ஏசி இல்லாம ஒரு செகண்டு கூட இருக்க முடியல சார்" என்றான் சமித்ரன்.

மறுமுனையில் "எனி ஹெல்ப்" என ராஜன் கேட்க "எஸ் ராஜன் நான் சொல்ற லொக்கேஷன்ல இருந்து ஆக்டிவ்வா இருந்த மொபலைஸ் அண்ட் அதோட இன்கம்மிங் அண்ட் அவுட்கோயிங் கால்ஸ் வேணும் நான் லொக்கேஷனுக்கு ரீச் ஆனதும் உங்களுக்கு எந்தந்த லொக்கேஷன்னு செண்டு பண்றேன் ஒகே" என்றான் சமித்ரன். அதற்கு "ம் ஒகே" எனக்கூறி விடை பெற்றான் எஸ்.ஐ.ராஜன். அதற்க்குள் சமித்ரனின் கார் லாட்ஜ் வாசலில் போய் நிற்க

"சார் இது தான் சுதா லாட்ஜ்" என்றான் விக்னேஷ். ஆனில் இருந்த வண்டியை ஆஃப் செய்து

ஓர் ஓரத்தில் பார்க் செய்து விட்டு லாட்ஜ்க்குள் நுழைந்தனர்.

தஞ்சை பெரிய கோவில் படத்திற்கு மாலையை மாட்டிக் கொண்டிருந்த சுதா லாட்ஜின் மேனேஜர் வினித் நாற்காலியை விட்டு இறங்கி "சார் ரூம் வேணுமா எத்தன பேரு சார்" என மலையாளம் கலந்த தமிழில் கேட்க அதற்கு விக்னேஷ் "எஸ்.ஐ.பரத் உங்ககிட்ட பேசினாரா" எனக்கேட்டவுடன் "சார், வணக்கம் சார்" என்று ஒரு வித பதட்டத்தோடு தொடர்ந்தான்.

"நீங்க கேட்ட டேட்ல ஒரே ஒருத்தன் தான் ∴பேக் ஐடி கொடுத்திருக்கான் சார். இந்தாங்க சார் என்ட்ரி ரிஜிஸ்ட்டர்" என அவன் முன் நீட்ட அதனை பார்த்து விட்ட சமித்ரன் "இத ஒரு காப்பி ஜெராக்ஸ் பண்ணுங்கன்னு" சொல்லிவிட்டு இந்த லொக்கேஷனை எஸ்.ஐ.ராஜனுக்கு செண்ட் செய்தான். அனுப்பியவன் தன் மொபைலில் உள்ள சதிஷ்குமாரோட போட்டோவை வினித்திடம் காண்பித்து "அந்த ரூம்ல ஸ்டே பண்ணுனது இவனான்னு பாருங்க" என்று காண்பிக்க அதற்கு வினித் "இவன் இல்லை சார்" என்று தீர்க்கமாய் கூறினான். அதற்கு "சரி" என்பது போல் தலையையாட்டி விட்டு இருவரும் வேகமாய் கிளம்பினர்.

மீண்டும் வண்டியை விக்னேஷ் எடுக்க வண்டி நளன் லாட்ஜை நோக்கி பாய்ந்தது. பத்து நிமிட

பயணத்திற்கு பிறகு "நளன் லாட்ஜ்" பார்க்கிங்கில் நின்று தன்னை அமைதிப்படுத்தியது. காரை விட்டு வெளியே வந்த இருவரும் ரிஷெப்ஷனை நோக்கி வேகமாய் நடந்தனர்.

லாட்ஜ் என்ட்ரியினுள் செல்ல ரிஷெப்ஷனிஸ்ட் ஜெயினி சாரியில் அழகாய் புன்னகைத்தபடி "சார் ஹவ் மெனி ரூம்ஸ் சார்?" என்று கேட்க விக்னேஷ் தன் ஐடி கார்டை நீட்ட அதனை பார்த்ததும் "சாரி சார்" என்று ஒரு வித கலக்கத்துடன் "பரத் சார் சொன்னாரு" என்று கூறி விட்டு விக்னேஷ் கூறிய தேதியின் பக்கத்தை லட்ஜரில் புரட்டினாள்

"சார் இந்த ரெண்டு ஐடி தான் சார் ∴பேக்" என்றவள் "கரைக்ட்டா தான் இருக்கும்னு நெனச்சு கொஞ்சம் கேர்லெஸ்ஸா இருந்துட்டோம் சார்" என வருத்தினாள் ஜெயினி. அதற்கு "இட்ஸ் ஓகே" என்று கூறிய சமித்ரன் தன் பாக்கெட்டுக்குள் கையை விட்டு தன் செல்போனை எடுத்தான்.

எடுத்தவன் லாட்ஜ் லொக்கேஷனை எஸ்.ஐ.ராஜனுக்கு அனுப்பினான். அதன் பின் சதிஷ்குமாரோட போட்டோவை காண்பித்து "இவர இதுக்கு முன்னாடி பாத்திருக்கியா?" என்றான். அதற்கு ஜெயினி புருவத்தை உயர்த்தி யோசனையாய் "எங்கேயோ பாத்த மாதிரி தான் இருக்கு பட் எங்கைனு தான் தெரியல" என்று சொல்லிக் கொண்டிருக்கும் போதே லாட்ஜ் மேனேஜர் சுபாஷும்,ரூம் பாய்யும் வந்தனர்.

வந்தவர்கள் சமித்ரன் மொபைலில் இருக்கும் சதிஷ்குமாரின் புகைப்படத்தை பார்த்த இருவரும் திகைத்தனர். "சார் இவரு!!...... என இழுத்தான் மேனேஜர் சுபாஷ். உடனே ரூம் பாய் "சார் இவரு இங்க தான் தங்கினாரு நான் தான் ∴புட் அப்புறம் ட்ரிங்ஸ்ன்னு எல்லாம் வாங்கி கொடுத்தேன்" என்று சொன்னதும், விக்னேஷ் வாயை பிளந்தான்.

மேனேஜர் சுபாஷ் பேசத் துவங்கினான்." எஸ் சார் அவரு இங்க தான் தங்குனாரு" என்றவன் ஜெயினியிடம் இருந்து லட்ஜரை வாங்கி பக்ககங்களை புரட்டி ஒரு பக்கத்தில் நிறுத்தினான்.

"சார் ரூம் நம்பர் 202 ல என்.ரங்கசாமி' ங்கற பேர்ல ∴பேக் ஐடி கொடுத்துருக்காரு" என்று தலை குனிவோடு சொன்னான். "அவரோட ஆக்டிவிட்டிவ் எப்படி இருந்துச்சு?" என்று விக்னேஷ் கேட்க "சரியா ஞாபகம் இல்ல பட் அடிக்கடி ரொம்ப சைலன்ட்டா ரொம்ப நேரம் போன் பேசிட்டு இருந்தாரு" என்று கூறினான்.

சுபாஷ். உடனே இடைமறித்த சமித்ரன் "கொஞ்சம் நல்லா யோசிச்சு சொல்லுங்க எங்க போனாரு என்ன பேசினாருன்னு தெரியுமா" எனக் கேட்க அதற்கு சுபாஷ் "இல்லை" என்பது போல் தலையசைத்தான்.

சிறிது நேரம் யோசித்த ரூம் பாய் சட்டென "சார் அன்னிக்கு நைட் ஒரு ரெண்டரை மூணு

மணி இருக்கும் அப்போ திடீர்ன்னு ஒரு பேக்கை மாட்டிட்டு கிளம்பினாரு அப்புறம் சுமார் ஏழு மணி வாக்குல வந்தாரு அப்புறம் உடனே ரூமை காலி பண்ணிட்டு போயிட்டாரு" என்றான்.

"அவர் எதாவது வெஹிக்கிள் யூஸ் பண்ணுனாரா?" எனக் விக்னேஷ் கேட்க அதற்கு இருவரும் "இல்லை" என்றனர். "சரி அந்த டேட்டோட வீடியோ ∴புட்டேஜ் பாக்கனும்" எனக்கூறிய சமித்ரன் "விக்கி வீடியோ ∴புட்டேஜ் ஒரு காப்பி வாங்கிடு" என்று கூறிக் கம்ப்யூட்டர் சிஸ்டம் முன்பு நிற்க வீடியோவை ஓட விட்டான் சுபாஷ்.

செப்டம்பர் 2ம் தேதியில் வீடியோ புட்டேஜை எடுக்க இரவு 3.00 மணியை நெருங்க சதிஷ்குமார் தன் பேக்கோடு க்ராஸ் ஆனான்.

பிறகு சிலமணி நேரம் கழித்து மீண்டும் காலை 6.40 மணியளவில் சதீஷ்குமார் உள்ளே நுழைவது தெரிந்தது. பின் மீண்டும் 6.55 மணிக்கு உடைகளை மாற்றியபடி தான் தங்கியிருந்த ரூம் சாவியை ஒப்படைத்து விட்டு கிளம்பியதும் வீடியோவில் தெரிய, அதனை பார்த்த உடனே விக்னேஷ் தன்னிடம் இருந்த பென்ட்ரைவ் மூலம் அந்த ∴புட்டேஜ் காப்பியை சேவ் செய்து எடுத்து கொண்டு வெளி வந்தான்.

சுபாஷ் மற்றும் ரூம் பாயின் போன் நம்பர்களை வாங்கிக் கொண்டு விக்னேசுடன் புறப்பட்டான்

சமித்ரன். தன் செல்போனை எடுத்த சமித்ரன் கால் பட்டனை தட்டினான் "மிஸ்டர் பரத் எகைன் ஒரு சின்ன ஹெல்ப்" என்றவனிடம் "எஸ் சொல்லுங்க" என்றான் பரத். "ப்ரீத்தி ∴பேன்சி ஷாப்" ங்கற நேம்ல இருக்குற கடை டிட்டைல் வேணும் அதோட போஸ்ட்டல் பின்கோடு லாஸ்ட் நம்பர் "03" என்று கூறினான் சமித்ரன்.

அதற்கு "ஓகே" சொல்லிவிட்டு போனை வைத்தான் பரத்." சார் முடிஞ்சு போன கேஸ்ல ஒரு டிவிஸ்ட் கொண்டு வந்துட்டீங்க எப்படி சார் உங்களுக்கு இந்த டவுட் வந்துச்சு" என்றான் விக்னேஷ்.

உடனே அதற்கு சமித்ரன் "எஸ்.ஜ. பரத்தோட நெக்ஸ்ட் கால் வந்தா உனக்கே தெரியும்" என சொல்லிக் கொண்டிருக்கும்போதே சமித்ரனின் செல்போன் சிணுங்கியது.

"ஹலோ சார்" என்றதும் "ஹலோ சார் நான் எஸ்.ஜ.ராஜன் பேசறேன்" "ம் சொல்லுங்க சார்" என சமித்ரன் கூற, தொடர்ந்தான் ராஜன் "சார் லாஸ்ட்டா அனுப்புன லொக்கேஷன்ல இருந்து ஒரு நியூ சிம் ஆக்டிவேட் ஆகி இன்னொரு நியூ சிம்முக்கு கால் போயிருக்கு அந்த ரெண்டாவது சிம்ல இருந்து மூணாவதா இன்னொரு நியூ சிம்முக்கு கால் போயிருக்கு". "தென் முதல் ரெண்டு சிம்ல மட்டும் பர்ட்டிகுலர் டேட்ல நைட் ஒரு மணில இருந்து காலைல ஏழு மணி வரைக்கும் டென் டைம்ஸ்

கால் போயிருக்கு" "அப்புறம் அந்த சிம் க்ளோஸ் ஆயிடுச்சு.

இப்ப வரைக்கும் எந்த ஒரு ஆக்டிவேட் இல்ல. பட், அந்த ரெண்டாவது மூணாவது அதுக்கப்பறம் ஒருநாள் எக்ஸ்ட்ராவா ஆக்டிவேட்ல இருந்து க்ளோஸ் ஆயிடுச்சு." "பட் மூனு சிம்மும் நார்த் இன்டியன்ஸ் நேம்ல இருக்கு" "என மிக நீளமாய் சொல்லி முடித்தார் எஸ்.ஐ.ராஜன்.

"சார் வெரி தேங் யூ அப்புறம் இந்த மூணு சிம்மோட ட்ராவல் ∴புல் லொகேஷன் மட்டும் குடுத்திங்கன்னா போதும்" என்றான் சமித்ரன் அதற்கு "ஆல்ரெடி நா எடுத்துட்டேன். இப்பவே செண்டு பண்றேன். பட், அந்த மூணு சிம்மும் வெரி ஒல்டு மாடல் மொபைல்ல யூஸ் பண்ணிருக்காங்க. தென் எல்லாமே செக்கன்ட் ஹேண்ட் மொபைல்ஸ் மாதிரி தெரியுது" "பிக்காஸ் அதுவும் எல்லாமே நார்த் சைடுல பில் பண்ணுன மொபைல் ஸோ நம்ம ரொம்பவும் ட்ரேஸ் பண்ண முடியாது அவங்க ரொம்ப க்ளவரா தான் ஒவர்க் பண்ணிருக்காங்க" எனக் கூறி முடித்தார் எஸ்.ஐ.ராஜன்.

அதனை கேட்ட சமித்ரன் ஓர் யோசனையாய் செல்போனை அணைத்தபடி விக்னேஷை பார்க்க" சார் கேஸ் கிட்ட நெருங்கீட்டிங்க போலிருக்கு" என்று சொன்ன விக்னேஷிடம் "இன்னும் இல்ல" என்று ஒரு எரிச்சலோடு கூறிய சமித்ரன் "அந்த ∴புட்டேஜ் டிட்டைல்ஸ் குடு" எனக் கேட்க விக்னேஷ்

தன் சட்டை பையில் இருந்த பென்டிரைவ்ஐ எடுத்து கொடுத்தான். அதனை வாங்கிய சமித்ரன் தனது லேப்டாப்பை ஆன் செய்து பென்ட்ரைவ் உள்ளே சொருகினான்.

அதில் வேறு நிறைய ∴பைல்கள் இருக்க எஸ். கே என்று சதிஷ்குமார் ∴பைல் இருக்க கடைசியாக எடுத்த வீடியோ ∴புட்டேஜை பார்த்தான். பார்த்துக்கொண்டே "விக்கி இந்த பென்ட்ரைவ் யாரோடது" என்றான் சமித்ரன். அதற்கு சிறிது நேரம் யோசித்தவன் "ம் ஞாபகம் வந்திருச்சு, சாரி சார் அது நம்ம அல்வேர்னியா ஸ்கூல் தாண்டி ஸ்டாக் எக்சேன்ஞ் கிட்ட ஒரு ஆக்ஸிடன்ட் ஆச்சு. அந்த வண்டியில இருந்துச்சு மறந்த மாதிரி எடுத்துட்டு வந்துட்டேன் சார்" என்று கூறி மீண்டும் "சாரி" கேட்டான். "சார் எனி ப்ராப்ளம்?" எனக் கேட்ட விக்னேஷிடம் "நத்திங் பட் அந்த கேஸ் டிட்டைல்ஸ் என்ன ஆச்சுன்னு விசாரிச்சுடு" என்றான் சமித்ரன்.

"ட்ரீங் ட்ரீங்" என சமித்ரன் செல்போன் ஒலிக்க போனை எடுத்து "சொல்லுங்க பரத்" என்று சொல்ல மறுமுனையில் எஸ்.ஐ.பரத் "சார் அந்த ∴பேன்சி ஷாப் தஞ்சை பெரியகோவில் ரோட்டுல இருந்து ஒரு ஒன்பது கிலோமீட்டர் தாண்டி மெயின் ரோட்டு மேலேயே இருக்கு" என்று பதிலளித்தான். "ஓகே தேங் யூ" என்று சொல்லி போனை கட் செய்த சமித்ரன் "விக்கி தஞ்சை பெரியகோவில் ரோட்டுல இருந்து ஒரு ஒன்பது கிலோமீட்டர் தூரம் போகனும்"

என்றான். உடனே காரை திருப்பிய விக்னேஷ் அந்த சாலைக்கு வந்தான்.

சில வினாடிகளில் தஞ்சை பெரியகோவிலின் மதில் சுவர்கள் மிக பிரம்மாண்டமாய் தெரிய கோவிலின் கலச கோபுரம் வெயிலின் தாக்கத்தில் மின்னியது. பாலத்தின் மேல் ஏறி கார் ஐந்தாவது கியருக்கு மிக வேகமாய் முன்னேறியது. சில நிமிட பயணங்களை கடந்த பின் "விக்கி விக்கி வண்டிய ஓரமா நிறுத்து" என்றான் சமித்ரன்.

சட்டென வண்டி ஓர் ஓரமாய் ஒதுங்கி நிற்க வண்டியில் இருந்து இறங்கிய இருவரும் "ப்ரீத்தி ∴பேன்சி ஸ்டோர்" உள்ளே நுழைந்தனர். பெண்கள் சம்மந்தப்பட்ட ஐயிட்டங்கள் போக குழந்தைகள் விளையாட்டு பொம்மைகள் ஏராளமாய் அடுக்கி வைக்கப்பட்டிருந்தது.

கடையின் முன் உள்ள நீண்ட மேஜையின் மீது தஞ்சாவூர் தலையாட்டி பொம்மைகள் காற்றுக்கு தன் தலைகளை ஆட்டிய வண்ணம் இருந்தது. அது போக கைவினை பொருட்கள் நிறைய இருந்தன. தலையாட்டி பொம்மையை கையில் எடுத்து பார்த்தான் சமித்ரன்.

உடனே கடைக்காரர் சமித்ரன் அருகில் வந்து நின்று "சார் இந்த தலையாட்டி பொம்மைகள் மத்த கடையில இருக்குற மாதிரி இல்ல" என்றவன் மீண்டும் தொடர்ந்தான் "இதெல்லாம் களிமண்

செய்யறது இல்ல பூராமே அரக்குல செய்யறது சார்" என்றவன் பொம்மையின் தலை பகுதியை வேகமாய் கீழே போட, அது உடையாமல் அப்படியே இருந்தது. அதனை ஆச்சரியமாய் பார்த்தான் விக்னேஷ். சமித்ரன் அந்த பொம்மையின் அடிப்பகுதியை திருப்பிப் பார்த்தான். அதை கவனித்த விக்னேஷ் வியப்பாய் சமித்ரனை மேலும் கீழுமாய் பார்த்தான்.

கடைசியாய் இரு பொம்மைகளை அறநூறு ரூபாய்க்கு வாங்கியவன் தன் காரின் டேஸ் போர்டின் மீது வைத்தான். தன் மொபைலை எடுத்து லொக்கேஷனை எஸ்.ஐ.பரத் மற்றும் எஸ்.ஐ.ராஜனுக்கு செண்டு செய்து விட்டு, "இந்த லொக்கேஷனில் இருந்து மூணு கிலோமீட்டருக்குள் ஏதாவது கேஸ் இந்த ஒன் வீல்ல ரிக்கார்டு ஆகியிருக்கான்னு சொல்லுங்க" என டைப் செய்து எஸ்.எம்.எஸ் அனுப்பினான்.

இருவரும் கிளம்பி தங்களது ரூமிற்கு வந்தனர். வண்டியில் சாவியை எடுத்த விக்னேஷ் "சார் அந்த பொம்மைஜஜஜ!!! என இழுக்க "கொஞ்சம் வெயிட் பண்ணு இப்ப தெரிஞ்சுடும்" என்றான் சமித்ரன். சிறிது நேரம் இருவரும் கட்டிலில் சாய்ந்த படி கண் அயர சமித்ரனின் செல்போன் தூக்கத்தை கலைத்தது.

மொபைலை எடுத்த சமித்ரன் "பரத் சார் சொல்லுங்க" என்றதும் தொடர்ந்தான் பரத் "சார் அந்த லொக்கேஷன்ல மூணு கிலோமீட்டருக்குள்ள

ஒரு செயின் ஸ்னேச்சிங் தென் ஒரு ∴பேமிலி லேண்ட் ப்ராப்ளம்ல ஒருத்தர ஒருத்தர் மாறி மாறி வெட்டிட்டாங்க, ஒரு ஆக்ஸிடன்ட் அப்புறம் அந்த லொாக்கேஷன்ல வெரி க்ளோஸ் வாக்க∴புல் டிஸ்டென்ஸ்ல ஒரு மர்டர் நடந்திருக்கு" எனக்கூறியதும்

"வாட்? ப்ளீஸ் சென்ட் கேஸ் டிட்டைல்ஸ்" எனக் சமித்ரன் கேட்க அதற்கு பரத் "கொஞ்சம் வெயிட் பண்ணுங்க அது ஏசி டைரக்டா டில் பண்ணுன கேஸ் ஸோ, ப்ளீஸ் என்னோட நேம் வராம பாத்துக்கங்க" என்றதுமே செக்கன்ட் காலில் எஸ்.ஐ.ராஜன் வர உடனே சமித்ரன் "ஒகே நோ ப்ராப்ளம் நா வெயிட் பண்றேன்னு" சொல்லி பரத்தின் போன் காலை கட் செய்து எஸ்.ஐ.ராஜன் போன் காலை அட்டண்ட் செய்த சமித்ரன் "சார்" என்றதும்

ராஜன் பேச ஆரம்பித்தான் "சார் கரைக்ட்டா சென்டிங் லொாக்கேஷன்ல ∴பர்ஸ்ட் சிம் செக்ன்டு சிம் முதல் நாள் கான்டெக்ட் இருக்கு செக்ன்டு டே இயர்லி மார்னிங் 4.00 மணியில இருந்து 7.00 மணிவரைக்கும் கான்டெக்ட் இருந்திருக்கு. அதுக்கப்பறம் ∴பர்ஸ்ட் சிம் டெட் இப்பவரைக்கும்;தென் அதே டேட்ல மார்னிங் ஆறு மணில இருந்து 7.30 வரைக்கும் செக்கன்ட் அன்ட் தேட் சிம்மும் கான்டெக்ட்ல இருந்திருக்கு" என கூறி முடித்தான்.

அதற்கு சமித்ரன் "சார் அந்த மூணு சிம்மோட ட்ராவல் டிட்டைல்ஸ் என்ன ஆச்சு" என்றான் அவசரமாய். உடனே அதற்கு எஸ்.ஐ.ராஜன் "டிட்டைல் எடுத்துட்டு செண்ட் பண்றேன்" என்றான்.

அத்தியாயம் 7

இடம் :உதவி ஆணையர் காவல்துறை தஞ்சாவூர். காக்கி யூனிஃபார்ம்கள் அடிக்கடி அங்கும் இங்குமாய் திரிய மப்டியில் வந்த கணேஷ் இம்ரானின் தந்தை ஜாபர் தாயார் பார்த்திமா இருவரிடமும் பேசிக் கொண்டிருந்தான்.

இம்ரானின் பெற்றோர் அவனின் இறுதி காரியங்களை முடித்த துக்கத்தில் இருந்து மீளவில்லை என்பது அவர்களது கண்களில் தெரிந்தது. அழைப்பு பெல்லை கேட்டதும், உள்ளே வேகமாய் சென்ற கணேஷ் சட்டென வெளிவந்து "உள்ள வாங்க" என்று இம்ரானின் பெற்றோரை அழைக்க அவர்கள் உள்ளே சென்றனர்.

இருவருக்கும் சீட்டை கண்களால் காட்டிவிட்டு தொடர்ந்தார் சிங்கக்குரல் ஏசி அன்புச்செழியன் "உங்க பையன் ஏலியான்னு ஒரு பொண்ண ஒன்சைடா லவ் பண்ணிருக்கான். அந்த பொண்ண அடிக்கடி தொந்தரவு பண்ணிருக்கான். அந்த பொண்ணு அவன் லவ்வுக்கு ஒகே சொல்லல, ஸோ அந்த பொண்ண கொன்னுட்டு ரெண்டு நாள் கழிச்சு போலீஸ்ல மாட்டிக்கிவோம்கற பயத்துல ஸூஸைடு பண்ணிக்கிட்டான்" என கூறிக் கொண்டிருக்கும் போதே இம்ரானின் தந்தை

ஜாபர் "அவன் அப்படி பட்ட ஆள் இல்லைங்க, அவன் அப்போ கோயமுத்தூர்ல கம்பெனி விசயமா போயிருந்தான்ங்க" என்றார் கவலையாய்

அதற்கு அன்புச்செழியன்" நீங்க சொல்றது சரிதான் ஆனா பொண்ணு இறந்தது காலைல, உங்க பையன் அதுக்கப்பறம் தான் கோயமுத்தூருக்கு கம்பெனி விசயமா போயிருக்கான். போயிட்டு வந்ததும் பேப்பர், டிவினு எல்லாத்திலேயும் நியூஸ் வந்திருச்சு அதுக்கு பயந்து தான் வீட்டுக்கும் அந்த பொண்ணு ஆபிஸுக்கும் பக்கத்துலேயே ரூம் எடுத்துருக்கான்.

எதுவும் பண்ணாதவன் எதுக்கு ரூம் பொய் சொல்லி போடணும். அந்த பொண்ண கொன்ன அதே கத்தியால தான் அவனும் தன்னோட கழுத்த அறுத்துருக்கான்" என்றவர் அதன் தெளிவான புகைப்படங்களை எடுத்து காண்பித்தார்.

அதனை பார்த்த ஜாபர் "இது நம்ம கறிக்கடையில ஆடு அறுக்க வச்சிருந்த கத்தியாச்சே" என்று கதறி அழ, அவரை சமாதானம் செய்த கணேஷ் ஏலியா இம்ரான் கேஸ் பற்றி தெளிவாகக்கூற அவர்கள் ஒரு மனதாய் ஒத்துக் கொண்டனர். அவர்களிடம் சில பேப்பர்களில் கையெழுத்து வாங்கி விட்டு அவர்களை அனுப்பி வைத்தான்.

"கணேஷ் இந்த கேஸ்ல ஒரு சின்ன டவுட் இருந்தா கூட என் கிட்ட சொல்லு அத உடனே

க்ளீயர் பண்ணிடலாம்" என்றார் அன்புச்செழியன். அதற்கு கணேஷ் "அந்த பையன பத்தி வெளியில ஃபுல்லா விசாரிச்சுட்டேன். ரொம்ப நல்ல பையன்னு தான்னு சொல்றாங்க ஸோ, அது ஒண்ணு தான் டவுட்" என்றான்.

உடனே அன்புச்செழியன்" கணேஷ் சட்டத்த பொறுத்தவரைக்கும் சரியான சாட்சிகள் தான் முக்கியம். அந்த வீடியோ அந்த வெப்பன்ஸ்ன்னு இந்த கேஸ்ல அவனுக்கு ஆப்போஸிட்டா நெறைய இருக்கு" என்றார். அதற்கு கணேஷ் "எஸ் சார் அதுவும் உண்மை தான்" என்றவன் "சார் அந்த அசோக்&கோ அசோக் சிட்பண்ஸ் கேஸை நாம தான் பாக்க போறமா?" என்றான்.

உடனே அதற்கு அன்புச்செழியன் "நோ கணேஷ் பட், அத பத்தி ஒரு ஃபுல் ஸ்டேட்மென்ட் ரெடி பண்ணச் சொல்லி கமிஷனர் சொல்லிருக்காரு அந்த கம்பெனி அதர் டிஸ்ட்ரீக்கிலையும் இருக்குறதால அவங்களோட ஒரு கான்ப்ரன்ஸ் ரெடி பண்ணிட்டு தான் சொல்ல முடியும்" என்றார். "சார் அந்த சிட்பண்ஸ்ல மட்டும் பப்ளிக்கோட பணம் நூறு இருநூறு கோடியை தாண்டும்ன்னு சொல்றாங்க உண்மையா சார்?" என்ற கணேஷின் கேள்விக்கு "மே பி அதுக்கு மேல கூட இருக்கலாம்.

பிக்காஸ் அவங்க அந்த பீரியட்ல நெறைய ஆஃபர் அட்வைர்டைஸ்மென்ட் பண்ணுனாங்க அத நம்பி பப்ளிக் ஏமாந்துட்டாங்க" என்றார்

அன்புச்செழியன். "அப்போ அந்த ஓனர்ர்ர" என இழுத்தான் கணேஷ். அதற்கு அன்புச்செழியன் "ஹி ஹேஸ் கிவ்வன் த எல்லோ லெட்டர் டு த கோர்ட்" என்றார். "ஸோ இதனால என்ன ஆகும் சார்?" என்றான் கணேஷ் அது பற்றி தெரியாமல்;

அதற்கு தன் அருகிலிருந்த ஒயிட் போர்டில் ப்ளேக் மார்க்கரை எடுத்தபடி வகுப்பெடுக்க ஆரம்பித்தார் அன்புச்செழியன்.

"ஒருத்தரோட ஆல் அசட் வேல்யூவ விட கடன் அதிகமா இருந்தா அவரால அந்த கடன திருப்பி செலுத்த முடியாத சூழ்நிலையில, பணத்த கொடுத்தவங்க கேஸ் ∴பைல் பண்ணி கோர்ட்டுக்கு போவாங்க.

இந்த சுச்வேஷன்ல இருந்து லீகிலா ரிலீவ்வாக கோர்ட்டுக்கு போய், அவங்களோட அசட் அவங்களுக்கு இருக்குற கடன் இந்த டிட்டைல்ஸ கொடுத்து அந்த கடன்ல இருந்து ரிலீவ் ஆகிடுவாங்க இத தான் மஞ்சள் கடிதம் "தட் மீன் எல்லோ நோட்டிஸ்" அப்புறம் கோர்ட் அவங்க அசட்ஸ ஏலத்துல சேல் பண்ணி அதுல வர பணத்த பப்ளிக்குக்கு டிவைடு பண்ணி கொடுத்துடுவாங்க" என்றார்.

அதற்கு கணேஷ் "இப்போ அவரோட சொத்த வித்தா பப்ளிக்கோட காசு கால்வாசி கூட வராதே" என்றான். அதற்கு "எஸ் கரெட் இது தான்

பணக்காரங்க டெக்னிக்" என்றார் அன்புச்செழியன். மீண்டும் தொடர்ந்தார் அன்புச்செழியன்" ஆனா அதுக்கப்புறம் அவரு அவரோட ∴பேம்லிக்கு கவர்மென்ட் எந்த ஒரு லோன் அன்ட் ஆ∴பர்னு எதுவும் கிடைக்காது. பட் அந்த கேஸ்ல இருந்து ∴புல்லா ரிலீவ் ஆகிடுவாங்க" என்றார்.

"சார் அப்போ நீங்க சொல்றத பாத்தா அந்த கேஸ்ல ரிலீவ் ஆனாலும் மத்தபடி அவங்களுக்கு வேற எதுவும் கிடைக்காது" என்று ஓர் கேள்வி போல் கேட்டான் கணேஷ்.

அதற்கு அன்புச்செழியன் "எஸ் சுருக்கமா சொன்னா" "இட்ஸ் அஸ் ஈ∴ப் ஹிஸ் ∴பேமிலி ஹேஸ் லாஸ்ட் இட்ஸ் ஷோஷியல் ஸ்டேட்டஸ்" "அதாவது அவங்க குடும்பமே சமூக அந்தஸ்த்த இழந்துடும்" என முழுவதுமாய் கூறி முடித்தார்.

அத்தியாயம் 8

கமிஷனர் அலுவலகத்தில் இருந்து வெளியே வந்த எஸ்.ஐ.பரத், சற்று தள்ளியிருந்த பேக்கரிக்கு சென்றார். கடையின் முன்பு வைக்கப்பட்ட உளுந்துவடை மளமளவென தீர்ந்து போய் கொண்டிருக்க உள்ளே டீ கப்புடன் அமர்ந்திருந்தான் விக்னேஷ்.

பரத்தை பார்த்ததும் ஓர் சிறிய சல்யூட் வைத்து கடையில் மும்மரமாய் வேலை பார்த்துக் கொண்டிருந்த சிறுவனிடம் "தம்பி இன்னொரு டீ" என ஆர்டர் செய்தான். இருவரும் டீயை குடித்தபடி" இது ஏசி சார் க்ளோஸ் பண்ணுன கேஸ். நான் கேஸை ·புல்லா பாத்துட்டேன். இதுல ஒரு டவுட் கூட இல்ல உங்க இன்ஸ்பெக்டர் எதுக்காக இந்த ·பைல கேக்குறாருன்னு தெரியல பட் எங்க ஏசி ரொம்ப பிரிலியண்ட் கேஸ்ல எவிடன்ஸ் எல்லாம் ரொம்ப பக்காவா இருக்கு.

ஸோ, அவர் கேஸ இதுவரைக்கும் யாரும் ரீ ஓபன் பண்ணுனதில்ல எனி வே வாழ்த்துக்கள்! பட் என்னோட நேம் வராம பாத்துகறது தான் உங்களோட மொத வேலை" எனக்கூறிக் கொண்டே அந்த ·பைல் காப்பியை விக்னேஷிடம் கொடுத்து விட்டு கிளம்பினான் எஸ்.ஐ.பரத்.

அதனை வாங்கிய விக்னேஷ் மடித்து தான் கொண்டு வந்த பையில் திணித்தான். குடித்த இரண்டு தேநீருக்கு காசை கொடுத்து விட்டு வேகமாய் வண்டியை எடுத்து விரட்டினான். சில நிமிடங்களிலேயே வண்டி சாரதா லாட்ஜை அடைந்தது.

வண்டியில் இருந்து இறங்கிய விக்னேஷ் ரிமோட் பொத்தானை அழுத்த கார் "கீக்" என்ற சத்தத்துடன் அமைதியானது. படிக்கட்டில் ஏறி மேலே தன் அறைக்கு சென்றான். லேப்டாப்பில் பென்ட்ரைவை சொருகி தீவிரமாய் ஃபைல்களை பார்த்துக் கொண்டிருந்தான் சமித்ரன்.

விக்னேஷை பார்த்ததும் அதனை ஷட்டவுன் செய்து விட்டு "என்ன ஆச்சு" என்றான். அதற்கு கையில் இருந்த பையை நீட்டினான் விக்னேஷ். பையை வாங்கிய சமித்ரன் உள்ளிருந்த ஃபைல் ஜெராக்ஸ் காப்பியை எடுத்தான்.

உடனே விக்னேஷ் டிக்கடையில் எஸ்.ஐ.பரத் கூறிய அனைத்தையும் கூறினான். அதனை தெளிவாக கேட்ட சமித்ரன் "அவங்க ஏசி சாரை பத்தி நெறைய கேள்விப்பட்டிருக்கேன்.பட், இந்த கேஸ் இப்ப எப்படி போகுதுன்னு உனக்கே தெரியும்" என்றான்.

உடனே விக்னேஷ்" வல்லவனுக்கு வல்லவன் இருக்கத்தான் செய்வான் ஸோ, நீங்க பாருங்க" என்று

சமித்ரனை புகழ்ந்தான்.ஃபைலை பிரித்த சமித்ரன் மொத்த பேப்பரையும் தெளிவாக படித்துவிட்டு அதன் முழு விவரத்தையும் பென்டிரைவில் காப்பி செய்தான். பின் ஒருமுறை விக்னேஷை படிக்கச் சொன்னான். அதனை படித்த விக்னேஷ் "சார் பரத் சொன்ன மாதிரி கேஸ் ஈஸ் க்ளோஸ்டு எல்லாம் பக்காவா இருக்கு சார்" என்றான்.

"இப்போ பரத் ஒரு வீடியோ சென்ட் பண்ணியிருக்காரு அது அந்த மர்டர் நடந்ததுக்கு அப்புறமா அக்யூஸ்ட் போற வீடியோ" என்று கூறி அதனை விக்னேஷுக்கு போட்டுக் காண்பித்தான்.

அதனை பார்த்த விக்னேஷ் "சார் அதே சர்ட் அதே பேண்ட் அதே பேக் பட் அவங்க கேஸ்லையும் இதே எவிடன்ஸ் இருக்கே ஸோ, நோ யூஸ்" என்றான் பெருமூச்சு விட்டபடி; "எதாவது ஒரு க்ளூ இருக்கும் நாம தான் அத கண்டுக்காம இருக்கோம்" என்றான் சமித்ரன்.

விக்னேஷ் மீதமுள்ள ப்ளேக் டாக் விஸ்கியை எடுத்தான். டேபிள் மேல் வைக்கப்பட்ட கண்ணாடி கிளாஸை எடுத்து அளவாய் ஊற்றினான்.

டீவியின் சேனலை மாற்றியபடி கிளாஸில் ஐஸ் வாட்டரை மிக்ஸ் செய்து ஒரே கல்ப்பில் அடித்துவிட்டு கிளாஸை அருகே உள்ள ரேக்கின் மீது வைத்தான்." சார் உங்களுக்கு" என்று ஒரு பார்மால்டி வார்த்தையோடு மீண்டும் தன் கிளாஸை

எடுத்து ஊற்றினான். குடித்ததும் சிறிதுநேரத்தில் சாய்ந்தான்." டிரிங் டிரிங்" என சமித்ரன் போன் சிணுங்க, போனை எடுத்து "ஹலோ" என்றான்.

மறுமுனையில் ஏட்டு மோகன் "சார் ஒரு சின்ன ஹெல்ப் சார் ப்ளீஸ் உங்களால பண்ண முடியுமா" என்றார் பவ்யமாய், உடனே சமித்ரன் "சார் சொல்லுங்க" என்றான். அதற்கு தயக்கமாய் ஆரம்பித்தார் ஏட்டு மோகன் "சார் அல்வேர்னியா ஸ்கூலுக்கு பக்கத்துல ஒரு ஆக்ஸிடன்ட் ஆனது உங்களுக்கு தெரியும்ல அந்த ஆக்ஸிடன்ட் கேஸ்ல இறந்த போன ட்ரைவர் பிரசாந்தோட சொந்த ஊர் தஞ்சாவூர் சார். ஸோ, நீங்க அங்க தான் இருக்கீங்கனு தெரியும் எனக்காக அங்க ஒரு சின்ன என்கொய்ரி பண்ணிட்டீங்கன்னா போதும்" என்றார்.

சில வினாடிகள் யோசித்த சமித்ரன் "ஓகே பட் நாங்க இங்க வந்த விசயம் சஸ்பென்ஸா இருக்கட்டும்" என்றதும் அதற்கு "ரொம்ப நன்றிங்க சார் அந்த கேஸோட டீட்டைல் அட்ரஸ் எல்லாம் இப்பவே உங்களுக்கு அனுப்பி வைக்கிறேன் சார்" என்று மகிழ்வுடன் கூறி போன் காலை கட் செய்தார் ஏட்டு மோகன்.

மெஸேஜை ரிசீவ் செய்த சமித்ரன் அதனை படித்துவிட்டு விக்னேஷை எழுப்பினான். சிரமமாய் எழுந்த விக்னேஷ் "சார் கொஞ்ச நேரம் தூங்கிட்டு அப்புறம் எங்க வேணாலும் போலாம்" என்றவனின் கைகளை பிடித்து இழுத்துச் சென்ற சமித்ரன்

தன் காருக்குள் அவனை தள்ளிவிட்டு வண்டியை உயிர்ப்பித்தான்.

வண்டியை கிளப்ப அது பெரியகோவிலின் அருகே உள்ள பாலத்தின் மீதேறி ஒரு கிலோமீட்டரை கடந்து சிறிது தூரம் சென்று இடது புறத்தில் திரும்பியதும் "அருளானந்தா நகர்" என்று வீதியின் பெயர் எழுதப்பட்டிருந்ததை கவனித்த சமித்ரன் நேராக செல்ல கடைசியில் சாலை இடது பக்கத்தில் திரும்பி முடிந்தது. வண்டியின் வேகத்தை குறைத்து முழுவதுமாய் நிறுத்தி விட்டு இறங்கினான்.

சாலையின் முடிவோரத்தில் ஒரு காம்பௌன்ட் கேட்டினை திறக்க அங்கு முப்பதுக்கும் மேற்பட்ட ஆட்கள் நின்று கொண்டிருக்க இருக்க ஒருவித சந்தேகத்துடன் அருகே சென்று" சார் இது பிரசாந்த் வீடு தானே" என்றான். அதற்கு "ஆமாம்" என்று கூறிய பெரியவர் "காலைல தான் பாடி வரும்" என்றார். அதே பெரியவரிடம் பேச்சுக் கொடுத்தான் சமித்ரன். "பிரசாந்தோட அம்மா அப்பா எங்க" என்று கேட்க அதற்கு அந்த பெரியவர் "பையன் செத்துட்டான்ல்ல அதனால பாடிய வாங்க அவங்க தானே போகணும்" என்றார்.

பிரசாந்தின் நண்பர்கள் சிலரை விசாரித்தான். அதில் ஒருவன்" "ப்ரதர் அவன் சொந்தமாக ஒரு ஆம்னி வேன் வச்சு வாடகைக்கு ஓட்டிட்டு இருந்தான். ஒருநாள் முன்னாடி கோயமுத்தூருக்கு

ஒரு வாடகை வந்துச்சு ட்ராப் பண்ணிட்டு வரும் போது காலைல ஒரு ஆக்ஸிடன்ட் ஆகி ஸ்பாட் அவுட்" என்றான் மிகுந்த வருத்தத்துடன்.

பிரசாந்த் பற்றிய மற்ற விவரங்கள் எல்லாம் கேட்டறிந்த பிறகு தன் வண்டியின் அருகே சென்று கதவை திறக்க உறங்கிக் கொண்டிருந்த விக்னேஷ் தூக்கம் கலைந்து "சார்" என்றான்." விக்கி ஆர் பூ ரெடி" என்றான் சமித்ரன். மீண்டும் "எஸ் சார்" என்றான் விக்னேஷ். "விக்கி இந்த பென்ட்ரைவ் ஹரி கேப்ஸ்ல இருந்துதானே எடுத்த" என்றான் யோசனையாய்.

"எஸ் சார் மோகன் சார் நால முடியல அந்த ஆம்னி டோர் ஆக்ஸிடன்ட்ல லாக் ஆகிடுச்சு ஸோ அவருக்கு ஹெல்ப் பண்ணும் போது மறந்த மாதிரி இத மட்டும் எடுத்துட்டு வந்துட்டேன்" என்றவன் "ஓய் சார்? எனி ப்ராபளம்" என்றான் விக்னேஷ். "இப்ப நாம அந்த ஆக்ஸிடன்ட் ஆகி இறந்தவன் வீட்டுக்கு தான் வந்திருக்கோம்" என்றான் சமித்ரன்.

ஒன்றும் புரியாமல் திகைத்த விக்னேஷுக்கு அனைத்தையும் கூறினான். "அப்போ மோகன் சாருக்கு போன் பண்ணி அந்த பிரசாந்தோட ஹரி கேப்ஸ் டீட்டைல் வாங்கிடலாம்" என்றான் விக்னேஷ். "சரி" என சமித்ரன் தலையை ஆட்ட; அதன் விபரத்தை வாங்க காரை எடுத்தான் சமித்ரன்.

வண்டி அருளானந்தா நகரை விட்டு வெளியே வந்து மெயின் ரோட்டை அடைந்தது. இடது புறமாய் திரும்பி அசுர வேகத்தில் சென்றது. மெடிக்கல் காலேஜ்க்கு எதிரே வண்டி போய் நிற்க அதனிருந்து வேகமாய் வெளிவந்த விக்னேஷ் "இங்க டாக்ஸி ஸ்டேண்டு எங்க இருக்கு?" என சாலையோரத்தில் பழவண்டி போட்டிருந்த குமாரிடம் கேட்டான்.

அதற்கு அந்த பழவண்டி வியாபாரி குமார் பழங்களின் மேல் மொய்த்த வண்ணமிருந்த ஈக்களை ஓட்டியபடி "அதோ" என்று கைகளை நீட்ட விக்னேஷ் டாக்ஸி ஸ்டேண்டை நோக்கிச் செல்ல சமித்ரன் வண்டியிலிருந்து இறங்கி, பின் தொடர்ந்தான்.

அருகே சென்றதும் "இங்க ஹரி கேப்ஸ் பிரசாந்தோட டாக்ஸி ஸ்டேண்டு இதுதானே' என்றதும் அருகில் ஆட்டோவில் அமர்ந்தபடி இருந்த மணிகண்டன் "நீங்க யாரு எதுக்கு அவன கேக்குறீங்க" என்றான் வாயில் பீடியை புகைத்தபடி.

உடனே இடையினில் புகுந்த சமித்ரன் கெத்தாய் "போலீஸ்..... கோயமுத்தூர்ல இருந்து வர்றோம். பிரசாந்தோட கேஸ் விசயமா விசாரிக்கனும்" என்றான். சட்டென ஆட்டோவில் இருந்து இறங்கி பீடியை தூர எறிந்து விட்டு ஒருவித பயத்துடன் "சாரி சார் இது தான் அவன் ஸ்டேண்டு இங்க ஆட்டோ,கார் ரெண்டுமே இங்க பக்கத்து பக்கத்துல தான் இருக்கும்" என்றான்.

அதற்கு விக்னேஷ்" அவன பத்தி கொஞ்சம் டிட்டைல் வேணும்" என்றான். உடனே மணிகண்டன் பவ்யமாய் "சார் அவன் ரொம்ப நல்ல பையன் தான் சார் நெறையா படிச்சிருக்கான். பெங்களூர்ல ஐ.டி கம்பெனியல வேல பாத்திட்டு இருந்தான் நைட் ஷிப்ட் அவனுக்கு ஒத்துக்கல அதனால வேலைய விட்டுட்டு இங்க வந்துட்டான்.

அப்புறம் ஆம்னி எடுத்து இங்க ஓட்டிக்கிட்டு இருந்தான்" என்றவன் "பாவம் சார் அவன்; அவன் லவ் பண்ணிட்டு இருந்த பொண்ணக்கூட இப்ப கொல பண்ணிட்டாங்க" என்று கூறிக் கொண்டிருக்கும் போதே இடைமறித்த விக்னேஷ் "கொலையா? யார் அந்த பொண்ணு" என்று கேட்க அதற்கு மணிகண்டன் "ஏலியா சார் இந்த ரோடு கடைசியில தான் வேலைக்கு போயிட்டு வரும் ஆன அந்த பொண்ணு இவன லவ் பண்ணல இவந்தான் அடிக்கடி அந்த பொண்ணு பின்னால சுத்துவான்" என்றான்.

உடனே ஆச்சிரியமாய் விக்னேஷ் சமித்ரனை பார்க்க உடனே சமித்ரன் மணிகண்டனைப் பார்த்து "கோயமுத்தூருக்கு எதுக்கு போனான்?" என வினவ அதற்கு மணிகண்டன் "சார் அசோக்&கோ'ல எப்பவுமே டெலிவரி நெறைய இருக்கும். கம்பெனி வண்டி அடிக்கடி டெலிவரிக்கு போயிடும். அந்த சமயத்துல எங்கள தான் கூப்பிடுவாங்க பெரிய டெலிவரினா நாங்க போவோம்.

சின்ன டெலிவரினா அவனோட ஆம்னில சீட்டை இறக்கி விட்டு அவனே எடுத்துட்டு போய் டெலிவரி பண்ணிடுவான் ஆனா அசோக்&கோ கம்பெனி க்ளோஸ் பண்ணுனதிலிருந்து வாடகை ஒண்ணும் வரல ஆனா அவனுக்கு தான் முந்தா நாள் ஒரு ஐஞ்சு பேர கோயமுத்தூர் இருக்குற ப்ரான்ஞ்சுக்கு கொண்டு போய் விடனும்ன்னு ஒரு வாடகை வந்துச்சு ஆனா கொண்டு போய் விட்டவன் இப்படி அநியாயமா செத்துட்டான்" என்றான் பெருமூச்சு விட்டபடி;

இதனை பொறுமையாய் கேட்ட இருவரும் மணிகண்டனின் மொபைல் நம்பரை பெற்றுக் கொண்டு உடனே கிளம்பினர்.

வண்டிக்கு சாவியை கொடுத்து இயக்கினான் விக்னேஷ். "விக்கி ஏசி அன்புச்செழியனை பத்தி என்ன நெனைக்கிற" என்றான் சமித்ரன். அதற்கு விக்னேஷ் "சார் அவரு ரொம்ப நேர்மையான ஆளு எங்கையும் இதுவரைக்கும் கை நீட்டுனது இல்ல" என்றான்.

உடனே சமித்ரன் "இந்த ஏலியா கேஸ்ல அவர பத்தி உன்னோட ஒப்பீனியன் என்ன" என்றான். அதற்கு விக்னேஷ் "சார் அந்த கேஸ்ல அவரு ரொம்ப இன்ரஸ்ட்டா இன்வால்வ் ஆகியிருக்காரு. பட், கேஸ விசாரிக்காம குயிக்கா முடிச்சுட்டாருன்னு நெனைக்கிறேன்" என்றான். "எஸ் இம்ரானோட கேஸ இவரு தான் ஹேண்டில் பண்ணிருக்காரு.

ஸோ, அத கொஞ்சம் கிளறுனா தெரியும்" என்றான் சமித்ரன்.

அருகில் இருந்த தன் மொபைலை எடுத்து ஏட்டு மோகனுக்கு போன் கால் செய்தான். ஏட்டு மோகன் போன் காலை அட்டண்ட் செய்ததும் "பிரசாந்தோட மொபைல்ல இருந்து ∴புல் டீட்டைல் எடுத்துடுங்க" என்றதும் மறுமுனையில் இருந்த மோகன் "ஓகே சார்" என்றார். செல்போனை ஆ∴ப் செய்த சமித்ரன் "விக்கி ஏதோ ஒரு இடத்த நாம தொடாம இருக்கோம்" எனக்கூற விக்னேஷ் யோசனையோடு "நம்ம கேஸ்ல சிக்கலா வந்தது இம்ரான் தான் ஸோ அத கொஞ்சம் இறங்கி விசாரிச்சா தெரியும்ன்னு நெனைக்கிறேன்" என்றான் விக்னேஷ்.

உடனே தன் லேப்டாப்பை எடுத்து ஆன் செய்து பென்ட்ரைவை சொருகினான். ட்ரைவ் ∴பைல்ஸ்கள் டிஸ்ப்ளேவில் முன் வந்து நிற்க இம்ரான் பைலை ஓபன் செய்தான். அதனை நோட்டமிட்டவன் சட்டென போனை எடுத்து தன்னுடைய ஸ்டேஷனுக்கு போன் செய்தான்.

போனை ரிசீவ் செய்ததும் "நான் இன்ஸ்பெக்டர் பேசுறேன்" என்றதும் "சார் சொல்லுங்க" என்றான் எஸ்.ஜெ. சந்தோஷ்குமார். "நீங்க அசோக்&கோ ஆபிஸுக்கு போய் அங்க இம்ரான்னு ஒரு பையன் தஞ்சாவூர்ல இருந்து வந்துட்டு போயிருக்கான். ரிட்டன் ஊருக்கு போனவன் ஸூஸைடு பண்ணிட்டான். ஸோ, அவன் எதுக்கு வந்தான்

தென் யாரை மீட் பண்ணுனான்னு ∴புல் டிட்டைல் வேணும்" என்றான்.

அதற்கு எஸ்.ஐ. சந்தோஷ்குமார் "∴புல் லாஸ்ல இருக்குற கம்பெனி தானே, ஓகே சார்" என்றான். சாலை ஓரத்தில் உள்ள டிக்கடையை பார்த்ததும் வண்டியை நிறுத்தினான் விக்னேஷ். வண்டியில் அமர்ந்தபடியே "ரெண்டு டீ "என்று விக்னேஷ் கூற டியை கொண்டு வந்து கொடுத்தான் டிக்கடைக்காரன். இருவரும் டியை குடித்தனர்.

சமித்ரன் தன் பாக்கெட்டில் இருந்த சிகரெட்டை எடுத்து பற்ற வைத்து புகைக்க புகை காற்றில் கலந்து சென்றது. நேரம் செல்ல டியிக்கு காசை கொடுத்து விட்டு வண்டியை எடுக்க சமித்ரனின் செல்போன் அலற போனை எடுத்து "சொல்லுங்க சந்தோஷ்" என்றதும் "சார் அசோக்&கோ கம்பெனி லாஸ் ஆனதால ஒவ்வொரு செக்ஷனா மீட்டிங் போட்டிருக்காங்க.

ஸோ, அதுக்கு தான் இம்ரான் போயிருக்கான். அப்புறம் அட்வகேட் அருள்சந்திரன் கூட போயிருக்கான். தட்ஸ் ஆல் சார்" என சொல்லி முடித்தான்.

உடனே அதற்கு சமித்ரன் "எதுக்கு போனான்னு தெரியுமா?" என்றான் சமித்ரன். "சார் அவர் வீட்டுல ஒரு சர்வீஸ் இருக்குன்னு தான் கூட்டிட்டு போயிருக்கார்" என்றான் சந்தோஷ்குமார். "ஓகே"

என்று லைனை கட் செய்த சமித்ரன் சந்தோஷ்குமார் சொன்னதை விக்னேஷிடம் கூறிவிட்டு "விக்கி இந்த கேஸ்ல அட்வைகேட் அருள்சந்திரனை விசாரிக்கணும்" என்றான்.

"அப்போ நாம கோயமுத்தூர் போறோமா சார்?" என்றான் விக்னேஷ். அதற்கு "ஆமா விக்கி பட், அதுக்கு இந்த கேஸ் சம்பந்தப்பட்ட எல்லாரையும் ∴புல்லா ஒன் டைம் என்கொய்ரி பண்ணிட்டு போய்டலாம்" என்று சமித்ரன் சொல்ல அதற்கு "சரி" என்பது போல் தலையசைத்து இருவரும் கிளம்பினர். தங்களது பணிகள் அனைத்தும் முடித்துவிட்டு இருவரும் கோயமுத்தூரை நோக்கி கிளம்பினர்.

காலை நேர கோவை காற்று சிலுசிலுவென அடிக்க பயண அசதியில் வீட்டில் உறங்கிக் கொண்டிருந்த சமித்ரன் கண் விழித்தான். காலை நேர வெயில் லேசாய் வர தொடங்கியது. வழக்கம் போல் காலைக்கடன்களை முடித்துக் கொண்டு ட்ரஸிங் செய்து கொண்டு கூலிங்கிளாஸை எடுத்தபடி விக்னேஷுக்கு போன் செய்தான்." ஹலோ விக்கி" என்றதும் "சார் நான் வாசல்ல தான் நிக்கிறேன்" என்றான்.

போனை அணைத்தபடி விக்னேஷை உள்ளே அழைத்த சமித்ரன் "நீ ஸ்டேஷன் போய்டு அப்புறம் அங்கிருந்து அட்வகேட் அருள்சந்திரன பாக்கப் போலாம்" "தென் இந்த கேஸ் சம்பந்தப்பட்ட

எல்லா போட்டோஸையும் ப்ரிண்ட் போட்டாச்சா?" என்றான். அதற்கு "சார் எல்லா போட்டோஸும் ப்ரிண்ட் போட்டு கையில தான் இருக்கு" எனக் கூறிய விக்னேஷ் தன் கையில் இருந்த கவரை கொடுத்துவிட்டு சிங்காநல்லூர் போலீஸ் ஸ்டேஷனை நோக்கி கிளம்பினான்.

தனக்கு நெருடலாய் இருந்த இம்ரானின் கேஸ் போட்டோஸை ஒவ்வொன்றாய் கவனமாக பார்த்தான். சட்டென ஒரு போட்டோவை உற்றுப் பார்த்தான். அதில் இம்ரான் "AE" என இரத்தத்தில் எழுதப்பட்டிருந்த ஆங்கில எழுத்துக்களை பார்த்தான். உடனே ஒரு பேப்பரை எடுத்து தன்னிடம் இருந்த பேனாவால் எழுதிப் பார்த்தான்.

சற்று யோசித்தான் பலமுறை போட்டோவில் இருப்பது போலவே எழுதிப் பார்த்தவன் ஒரு முடிவுக்கு வந்தான். உடனே சிங்காநல்லூர் போலீஸ் ஸ்டேஷனுக்கு தன் வண்டியை கிளப்ப பத்து நிமிட பயணத்தில் வண்டி ஸ்டேஷனை வந்தடைந்தது.

ஸ்டேஷன் உள்ளே சமித்ரன் செல்ல அனைவரும் பெரிய சல்யூட் வைத்து நின்றனர். தனது அறைக்குள் சென்று அமர்ந்த சமித்ரன் விக்னேஷிடம் "டீ சொல்லு விக்கி" என்றான். விக்னேஷ் டெலிபோனை எடுத்து அருகில் டீக்கடைக்கு பேச ஓரிரு நிமிடங்களில் டீக்கடைக்காரன் டீயை கொடுத்துவிட்டு சென்றான்.

இருவரும் டியை சுவைத்தபடி இருக்க அங்கிருந்த மௌனத்தை கலைத்தபடி சமித்ரன்" விக்கி இம்ரான் கேஸ்ல டைரக்ட்டா அன்புச்செழியன் இன்வால்வ் ஆகி ஹேண்டில் பண்ணிருக்காரு கேஸ் குயிக்கா ஈஸியா க்ளோஸ் பண்ணிட்டாரு" எனக்கூற அதற்கு விக்னேஷ் "ஆமா சார்" எனக் கூறினான்." விக்கி இம்ரான் பாடி இருந்த இடத்துல பர்ஸ்ட் உள்ள போய் பாத்தது ஏசி அன்புச்செழியன் தான்" எனக்கூறிக் கொண்டே இம்ரான் கேஸ் போட்டோவை விக்னேஷிடம் காண்பித்தான் சமித்ரன்.

"விக்கி இதுல AE எழுதியிருக்குற லெட்டர்ல E லெட்டர மட்டும் பாரு" என்றான் சமித்ரன். அதனை பார்த்த விக்னேஷ் "E மாதிரி தான் இருக்கு ஆனா ஒரு மாதிரி தான் இருக்கு" என்றான் குழப்பமாய்,

அதற்கு சமித்ரன் "அது E இல்லை C லெட்டரோட சென்டர்ல ஒரு கோடு போட்டிருக்கு. ஸோ, பார்க்க E மாதிரி இருந்தாலும் பட் அது கன்ஃபார்மா C தான் என்றான் சமித்ரன். அதற்கு விக்னேஷ் "அப்போ AC ன்னா அது யாரு" என்றவன் உடனே "சார் ஏசி அன்புச்செழியனோட பேரத்தான் ஷார்ட்டா AC ன்னு எழுதியிருக்கான்" என்று ஆச்சரியமாய் கூறினான்.

உடனே சமித்ரன் "ஒரு முக்கியமான விசயம் ஏசி அன்புச்செழியனோட பொண்ணு ஒன்றரை வருஷத்துக்கு முன்னாடி கோயமுத்தூர்ல இருக்குற பி.எஸ்.ஜி. காலேஜ்ல ஹாஸ்ட்டல்ல தங்கி

படிச்சுட்டு இருந்தாங்க" "அவருக்கு ஒரே பொண்ணு அவரோட ஒய்.்.ப் கேன்சர்ல ரொம்ப வருஷத்துக்கு முன்னாடியே இறந்துட்டாங்க" "ஸோ இவரு ஒரே ஆளு தான் தன்னோட பொண்ண பாத்துட்டு வந்துருக்காரு ரொம்பவும் பாசமா இருப்பாரு" "பட் ஒன் டே நம்ம கன்ட்ரோல்ல வர திருச்சி ரோட்ல இருக்குற ஆண்டாள் கல்யாண மண்டபத்துக்கு பக்கத்துல ஒரு ஆக்ஸிடன்ட்ல அவரோட பொண்ணு இறந்துட்டாங்க" என்றான்.

உடனே அதற்கு விக்னேஷ் "சார் இதெல்லாம் எப்படி உங்களுக்கு தெரியும்" என்று யோசனையாய் கேட்க சமித்ரன் மீண்டும் தொடர்ந்தான் "விக்கி அந்த ஆக்ஸிடன்ட் பண்ணுன கார் அசோக்&கோ ஓனரோடது. பட்,அந்த காரை ஓட்டினது சதிஷ்குமார் காருக்குள்ள கூட இருந்தது த பேமஸ் அட்வகேட் அருள்சந்திரன் அன்ட் பேக் சீட்ல இருந்தது ஆடிட்டர் ஏலியா" எனக்கூற

இடைமறித்த விக்னேஷ் "சார் அசோக்&கோ ஆடிட்டர் பக்தவத்சலத்தோட அசிஸ்ட்டன்ட் ஏலியாவா?" எனக்கேட்க அதற்கு உடனே "ஆம்" என்ற பதிலை அளித்தான் சமித்ரன்." முதல்ல எல்லா கேஸுக்கும் இடையில ஏதோ ஒரு லிங்க இருக்கு அத நாம டச் பண்ணுனா மட்டுந்தான் இது ்.பினிஷ் ஆகும்" என்று விக்னேஷிடம் ஓர் யோசனையாய் கூறிவிட்டு தன் மொபைலை எடுத்து எஸ்.ஐ.பரத்திற்கு போன் கால் செய்தான்.

இரண்டு மூன்று ரிங் போனதும் "சார் சொல்லுங்க" என மரியாதையாய் பரத் கூற மறுமுனையில் சமித்ரன் "சார் அந்த இம்ரான் கேஸ்ல இருக்குற எவிடன்ஸ் டிட்டைல்ஸ் தென் அந்த ப்ளேக் கலர் பேக் டிட்டைல் வேணும். பிக்காஸ் அந்த பேக் ரெண்டு சிசிடிவி புட்டேஜ்ல வருது ஸோ ப்ளீஸ்" என்று பணிவுடன் கேட்க அதற்கு எஸ்.ஐ.பரத் "சார் ஜஸ்ட் தெர்ட்டி மினிட்ஸ் ஐ வில் சென்ட் த டிட்டைல்ஸ்" என்று கூறி போன் காலை கட் செய்தான்.

"விக்கி ஏலியா இறந்துட்டா ஆனா ஒன் சைடா லவ் பண்ணுனது பிரசாந்த் பட் ரெக்காடுல இருக்கறது இம்ரான் ஆனா அந்த இடத்துல சதிஷ்குமார் இருந்துருக்கான் பிரசாந்த் இறந்துட்டான் இதுக்குள்ள ஒரு லிங்க் இருக்கு" என்றான் சமித்ரன்.

சில நிமிடங்களில் சமித்ரன் மொபைலுக்கு எஸ்.ஐ.பரத்திடம் இருந்து டிட்டைல்ஸ் வந்து சேர அதனை சில நிமிடங்கள் உன்னிப்பாய் கவனித்தான். ட்ரீங் ட்ரீங் என சமித்ரனின் மொபைல் போன் அலற அதனை எடுத்தான்.

"ஹலோ சொல்லுங்க பரத்" எனக்கூற மறுமுனையில் பரத் "சார் அந்த ப்ளாக் பேக் டிட்டைல்ஸ் அனுப்பியிருக்கேன் தென் அதுல ஏசி பில்டர்ல ஏ.கே. சி.பி.இ.ன்னு ஒரு ஸ்டிக்கர் ஒட்டியிருக்கு ஸோ அதுதான் உங்களுக்கு கால் பண்ணுனேன்"

"தென் மன்த்லி மன்த்லி எதுக்கோ பணம் கட்டுன பில்ஸ் இருக்கு அதையும் உங்களுக்கு அனுப்பியிருக்கேன்" என்ற விவரத்தை கூறி வைத்தான்.

பரத் அனுப்பியதை முழுவதுமாய் பார்த்த சமித்ரன் "ஏ.கே. சி.பி.இ. ஓட மீனிங் ஏ.கே கோயமுத்தூர்" என்று விக்னேஷ்டம் கூறியவன் சற்று யோசித்தபடி "விக்கி ஏ.கே ன்னு பேர்ல எதாவது ஏசி சர்வீஸ் பண்ற சென்டர் இருக்கான்னு விசாரிச்சுடுங்க" என்றான்.

அதற்கு ஓகே சொல்லிய விக்னேஷ் தன் மொபைலை எடுத்தபடி வெளியே சென்றான். பீப் பீப் என்ற சப்தத்துடன் சமித்ரனின் மொபைல் எஸ். எம்.எஸ் வந்ததை காட்டியது. அதனை படித்தவன் ஆச்சரியத்தோடு யோசித்தவன் அந்த எஸ்.எம். எஸ் வந்த நம்பருக்கு இரகசியமாய் போன் கால் செய்தான்.

மறுமுனையில் "ஹலோ" என்றதும் சமித்ரன் "எங்க வரணும் சொல்லுங்க" என்றான். மறுமுனையில் பதிலளித்ததும் "கண்டிப்பா வர்றேன்" என்ற சமித்ரன் ஓர் யோசனையாய் விக்னேஷ் கொடுத்த பென் ட்ரைவை எடுத்து தன் லேப்டாப்பில் சொருகினான். சட்டென அதன் ∴பைல்கள் அனைத்தும் டிஸ்ப்ளேவில் முன் வந்து நின்றன.

அதில் இருந்த மற்ற ∴பைல்களை ஓபன் செய்து படித்தவன் ஆச்சரியத்தின் எல்லைக்கே சென்றான். உடனே விக்னேஷ் "சார் அந்த ஏ.கே சர்வீஸ் அட்ரஸ் வாங்கிட்டேன். என்ன பண்ணலாம்" என்றான்.

உடனே அதற்கு சமித்ரன் "அங்க இப்பவே போலாம்" என்றான். விக்னேஷ் வண்டியை உயிர்பிக்க ஒண்டிபுதூர் பாலத்தை தாண்டி மிராஜ் சினிமா தியேட்டர் அருகே செல்ல மக்கள் கூட்டம் சாலையை ஆக்கிமிக்க விக்னேஷ் சைரனை ஆன் செய்ய சாலையில் நின்றிருந்த அனைவரும் விலக தியேட்டரின் அருகே இருந்த வளைவில் திரும்பி உள்ளே சென்றது.

சிறிது தூரத்தில் வலது பக்கமாய்" AK. AC சர்வீஸ் சென்டர்" என்ற பிளக்ஸ் போர்டு வைக்கப்பட்டிருந்தது. வண்டியை நிறுத்திய விக்னேஷ் முதலில் இறங்க உடன் சமித்ரன் வந்து நின்றதும் இருவரும் உள்ளே சென்றனர்.

போலீஸ் உடையில் இருவரையும் பார்த்த சர்வீஸ் இன்ஜினியர் சம்பத், உடனே அவர்கள் அருகில் வந்து "சொல்லுங்க சார்" என்று பவ்யமாய் கேட்டான். உடனே அதற்கு விக்னேஷ் "சின்னதா ஒரு என்கொய்ரி" என்று கூறி சமித்ரனின் மொபைலில் இருந்த ஏசி பில்டர்ஸ் ஸ்பேர்ஸ் போட்டோவை காண்பித்தான்.

அதனை பார்த்த சம்பத் சற்று யோசித்தபடி "சார் இது நாங்க பண்ணுன சர்வீஸ் தான்" என்றான். அதற்கு சமித்ரன் தன்னிடம் இருந்த முகவரியை காண்பித்து "இந்த அட்ரஸுக்கு சர்வீஸ் பண்ணுன ∴புல் டிட்டைல் வேணும்" என்றான்.

உடனே அதற்கு சம்பத் இருவரையும் உள்ளே அழைத்து அமர வைத்துவிட்டு கஸ்டமர் என்ட்ரி லஜ்ஜரை எடுத்து பக்கங்களை புரட்டினான். சட்டென எடுத்துவிட்டு "சார் ரெண்டு மாசத்துக்கு முன்னாடி தான் ஏசி பில்டர் அன்ட் ஏசி கேஸ் சர்வீஸ் பண்ணிருக்கோம் ஏசி பில்டரை மாத்தியிருக்கோம்" என்றவன் "சார் இதுல ஏதாவது ப்ராபளமா?" என்றான்.

உடனே அதற்கு சமித்ரன் "இந்த ஏசி பில்டர் எத்தன நாள் கழிச்சு மறுபடியும் மாத்தனும்?" என்றான். அதற்கு சம்பத்" சார் ஒன் இயருக்கு மேலே வரும் அப்புறமா க்ளீன் பண்ணுனா மட்டும் போதும் இதனால கேஸ் கன்∴பார்மா லீக் ஆகாது" என்றான். "அதையும் மீறி ஏசி கேஸ் லீக் ஆச்சுன்னா!!!?" என்று இழுத்தான் சமித்ரன்.

உடனே அதற்கு சம்பத் "அப்போ பில்டர் டேமேஜ் பண்ணினாலோ இல்ல கனெக்ட் டியூப் ப்ராபளம் ஆனா கேஸ் லீக்காகும்" "பட் நாங்க டியூபையும் புதுசா மாத்தியிருக்கோம் ஸோ கேஸ் லீக் ஆக வாய்ப்பேயில்ல சார்" என்று ஆணித்தரமாய் சொல்லி முடித்தான்.

உடனே சமித்ரன் விக்னேஷை பார்த்து "∴புல் டிட்டைலா ஒரு ஸ்டேட்மென்ட் வாங்கிடு" என்றான். அதனை கேட்ட விக்னேஷ் சம்பத்தை பார்த்து "இந்த அட்ரஸ்ல சர்வீஸ் பாத்த இன்ஜினியர் தென் சர்வீஸ் டிட்டைல்ஸ் எல்லாம் ஸ்டேஷன் வந்து எழுதி கொடுத்துடுங்க பயப்பட வேண்டாம் எல்லாம் ஒரு சின்ன என்கொய்ரி தான்" என்றான்.

அதற்கு சர்வீஸ் இன்ஜினியர் சம்பத் ஒரு வித பயத்தோடு "சரி" என்பது போல் தலையசைத்தான். உடனே சமித்ரன் "விக்கி நான் ஒரு முக்கியமான விசயமா வெளியே போறேன் நீ இவங்கள கூட்டிட்டு போய் ∴புல் டிட்டைல் வாங்கிடு" என்றவன் போலீஸ் பொலிரோ வாகனத்தின் சாவியை வாங்கிக் கொண்டு வண்டியை ஸ்டார்ட் செய்து தனியாக கிளம்பினான்.

வண்டி பாப்பம்பட்டி பிரிவில் திரும்பி நேராக செல்ல நான்கு வழி சாலை பிரிவில் வலது புறமாய் திரும்ப சிறிது தூரம் செல்ல சுற்றிலும் வயல்வெளியாய் தெரிய சாலைகள் முடிந்து மண் ரோட்டில் வண்டி லேசாய் குலுங்கியபடி செல்ல இடதுபுறமாய் வாகனத்தை திருப்ப "சபிதா கார்டன்" என்ற ஓர் பழைய பெயர் பலகையை பார்த்ததும் வண்டியை அந்த பாதையில் திருப்ப அது உள்ளே சென்று பழைய தென்னை கீற்றுகள் வேயப்பட்ட காலி கொட்டகை இடத்தில் நின்றது.

மூன்றரை ஏக்கர் தென்னந்தோப்பின் நடுவே மரவேலைப்பாடுகளுடன் கூடிய ஒர் வீட்டின் வெளியே நின்றபடி தன் மொபைலை எடுத்து போன்கால் செய்தான். மறுமுனையில் போன்கால் எடுக்காமல் போக மீண்டும் ட்ரை செய்தான். ரிங் போய்க்கொண்டே இருந்தது.

போனை கையில் வைத்தபடி ஒரு யோசனையாய் வீட்டின் அருகே சென்றான். வாசல் கதவு திறந்திருக்க அதன் உள்ளே சென்றான். முழுவதும் மரவேலைப்பாடுகள் என்பதால் அதனை பார்த்தபடி இடதுபுறமாய் திரும்ப தேக்கு மரத்தாலான பெரிய மேஜை இருந்தது.

அதன் அருகே சென்றவன் மேஜையின் வலதுபுறத்தில் சட்டென பார்த்தான்.

தரையில் இரத்த வெள்ளத்தில் பேச்சுமூச்சின்றி ஏசி அன்புச்செழியன் விழுந்து கிடந்தார்!!. மிகுந்த பதட்டத்தோடு "சார்ர்ர்!!!" எனக் கத்தியபடி அருகே சென்று பார்த்தவன் உடனே அவசரமாய் தன் மொபைலை எடுத்து விக்னேஷுக்கு அழைக்க பத்தே நிமிடங்களில் அந்த இடம் முழுவதும் காக்கி உடைகளாய் தெரிய ∴பாரன்ஸிக் அதிகாரிகள் தடயங்களை ஆராய்ந்து கொண்டிருக்க

விக்னேஷ் சமித்ரனை பார்த்து "சார் டாக் ஸ்குவாட் என்ட்ரி கேட் வரைக்கும் தான் போச்சு பட் நோ யூஸ் சார். தென் நீங்க எப்படி இங்க

வந்தீங்க" என்றவனிடம் "எனக்கொரு எஸ்.எம். எஸ் வந்துச்சு. அதுல ஏலியா மர்டரை இம்ரான் பண்ணல அதுக்கு ஒரு ஸ்டாரங்கான எவிடன்ஸ் இருக்குன்னு வந்துச்சு தென் இந்த லொக்கேஷன் வந்துச்சு பட் இங்க வந்து பாத்தா" எனக்கூறி பாதியில் பேச்சை நிறுத்திய சமித்ரனிடம் ∴பாரன்ஸிக் டீமில் இருந்து வந்த கார்த்திக் "சார்" என்ற சல்யூட்டுடன் பேச ஆரம்பித்தான் "அவரோட கழுத்து,வாய் ரெண்டையும் செம ஷார்ப்பான நைஃ்பல அறுத்துருக்கான் ரைட் அன்ட் லெஃ்ப்ட் ஹேண்ட் ரெண்டையும் யூஸ் பண்ண முடியாத மாதிரி காயப்படுத்தியிக்கான்" "ரைட் ஹேண்ட்ல தடுக்க முயற்சி பண்ணும் போது விரல்கள் எல்லாம் கட் ஆகியிருக்கு" என்றுக் கூறிக் கொண்டிருக்கும் போதே இடைமறித்த சமித்ரன் "அக்யூஸ்டோட மோட்டிவ் தென் உங்க ஒப்பீனியன் என்ன" என்று கேட்க அதற்கு கார்த்திக்" சார் கொலை செஞ்சவன் கண்டிப்பாக இவருக்கு ரொம்ப நெருக்கமானவரா தான் இருக்கணும்" என்று கூறிய கார்த்திக்கிடம் "எப்படி சொல்றீங்க? ப்ளீஸ் எக்ஸ்ப்ளைன் மீ" என்றான் சமித்ரன். தொடர்ந்தான் கார்த்திக் "தன்னை பத்தி சொல்லிடக் கூடாதுன்னு ரொம்ப கவனமா யோசிச்சுருக்கான் அதனாலதான்

அவரோட வாய் கழுத்து தென் கைகளை வெட்டுனது கூட ஏதாவது அடையாளத்தை உண்டாக்கிடக் கூடாதுன்னு ரொம்ப செக்யூரா

இருந்திருக்கான்" "பிக்காஸ் அவர் ஈஸியா அவன பத்தி சொல்லிடுவாருன்னு தான் இவ்வளவு கொடூரமா தாக்கியிருக்கான்" என்றான்.

உடனே சமித்ரன்" சார் எனி எவிடன்ஸ்" என்று கேட்க அதற்கு கார்த்திக் "∴பிங்கர் ப்ரிண்ட்ஸ் எங்கயும் இல்ல புட் ப்ரிண்ட் இல்ல ஹி ஈஸ் வெரி ப்ரில்லியண்ட் இப்பவரைக்கும் எந்த எவிடன்ஸூம் இல்ல" பிக்காஸ் இது கோவத்துல நடந்த கொலை இல்ல ரொம்ப நிதானமா யோசிச்சு பண்ணுனது" என்று கூறி தன் பேச்சை முடித்தான் கார்த்திக்.

தன்னிடம் உண்மையை கூற வந்த ஓர் உயர் அதிகாரியை கொன்று விட்டார்கள் என்று கவலையாய் இறந்து கிடந்த ஏசி. அன்புசெழியனை பார்த்தான் சமித்ரன். உணவுத்தட்டுகள் நாற்காலி மற்றும் மேஜையில் இருந்த பொருட்கள் சிதறி கிடக்க சுவற்றில் மாட்டப்பட்டிருந்த காலண்டர் கீழே கிடக்க அருகே ஏசி. அன்புச்செழியன் கழுத்து, வாய் மற்றும் கைகள் கைவிரல்கள் வெட்டப்பட்டு முழுவதுமாய் இரத்தத்தில் விழுந்து கிடந்தார்.

பணிகளை முடித்த போலீஸ் மற்றும் ∴பாரன்ஸீக் அதிகாரிகள் உடலை கோவை அரசு மருத்துவமனை மார்ச்சுவரிக்கு அனுப்பி வைத்தனர். விக்னேஷூம் சமித்ரனும் சல்லடை போட்டு அவ்விடம் முழுவதுமாய் ஏதாவது ஒரு தடயம் கிடைக்குமா என்று தேடினர்.

சோர்வடைந்த விக்னேஷ் "சார் ஒண்ணும் கிடைக்கல கார்த்திக் சொன்ன மாதிரி அவன் ரொம்ப ப்ரில்லியண்ட் தான்" என்று ஒரு வித சலிப்போடு சொன்னான். அதனை கேட்ட சமித்ரன் "கரெக்ட் விக்கி அவன் ரொம்ப பக்காவா ப்ளான் பண்ணி பண்ணியிருக்கான். தென் அவர ∴பாலோ பண்ணியிருக்கான். அவரு கோயமுத்தூருக்கு வரறது தெரிஞ்சதுமே ஏதாவது எவிடென்ஸ கொடுத்துவாருன்னு யோசிச்சு அவர கொன்னுருக்கான்" "ஸோ அவரு எவிடென்ஸ

தான் கொடுக்க வர்றாருன்னு கூட அவனுக்கு தெரிஞ்சுருக்கு" என்றான் மிகுந்த மன வேதனையாய்.

உடனே விக்னேஷ் "இந்த இடத்த சுற்றிலும் எங்கேயும் ஒரு சிசிடிவி கூட இல்லைங்கறது அவனுக்கு தெரிஞ்சுருக்கு சார்" "ஸோ இதுக்கு முன்னாடி கண்டிப்பா அவன் இங்க வந்திருக்கணும்" என்றான் ஓர் யோசனையாய்.

உடனே சமித்ரன் "அவன் இங்கிருந்து எதையும் எடுத்துட்டு போகல" எனக்கூற "அதெப்படி?" எனக் கேட்டான் விக்னேஷ். அதற்கு சமித்ரன் "எவிடென்ஸ் ஈஸ் ஒன்லி அன்புச்செழியன் ஸோ, அவரு கண்டுபுடுச்சத நாம ∴கெஸ் பண்ணிட்டா ஆல் ∴பினிஷ் "என்றான். உடனே விக்னேஷ் "உள்ளே ஏதாவது இருக்கான்னு பாப்போம், கண்டிப்பா அன்புச்செழியன் சார் ஏதாவது ஒரு க்ளுவ நமக்காக விட்டுட்டு போயிருப்பாரு வாங்க சார்" என்றான். இருவரும் "ஆம்" என்றபடி மீண்டும் உள்ளே சென்று பார்த்தனர்.

மேஜையின் மேல் சில போட்டோஸ் இருந்தன அவை அனைத்தும் ஏலியாவின் கொலை சம்மந்தபட்டவை அதனை பார்த்த சமித்ரன் சட்டென யோசித்தான்.

உடனே விக்னேஷிடம் "விக்கி ஏலியா கேஸ்ல எஸ்.ஜெ.பரத் கொடுத்த போட்டோஸ் எத்தனை" என்றான். உடனே யோசித்தபடி "சார் பனிரெண்டு

போட்டோஸ் சார்" என்றான் விக்னேஷ். உடனே அதற்கு சமித்ரன் "கன்∴பார்மா தெரியுமா விக்கி" என்று கேட்க, அதற்கு விக்னேஷ் "ஆம்" உறுதியாக தன் தலையை அசைத்தான்.

உடனே அங்கிருந்த போட்டோக்களை எண்ணினான் சமித்ரன். அதில் பதினொரு போட்டோகள் மட்டுமே குறைவாக இருந்தது. ஒரேயரு போட்டோ மட்டும் குறைவாக இருந்ததை உணர்ந்த சமித்ரன் உடனே வண்டிக்கு சென்று லேப்டாப்பை ஆன் செய்து அந்த மிஸ்ஸிங் ஆன போட்டோ எது என்று ஒப்பிட்டு பார்த்து கண்டுபித்தான். அந்த போட்டோவை மட்டும் உற்று நோக்கினான். அதற்குள் அருகில் வந்த விக்னேஷ் "சார் இந்த போட்டோவா மிஸ்ஸிங் இதுல அப்படி ஒண்ணும் தெரியலையே" என்றான். உடனே சமித்ரன் ஏலியா கொலை நடந்த இடத்திற்கு அருகே இருந்த அன்பு உணவகத்தில் கிடைத்த வீடியோ ∴புட்டேஜை ஓட விட்டபடி "விக்கி இந்த ∴புட்டேஜோட ஒரு போட்டோவைத் தான் காணோம் ஸோ வீடியோல ஏதாவது தெரியுதான்னு பாப்போம்" எனக் கூறிய படி வீடியோவை ஓட விட்டான்.

சரியான இடத்தில் அதனை பாஸ் செய்தான்." விக்கி இந்த இமேஜ் கன்வெர்டிங் தான் மிஸ்ஸிங்" என்ற படி அதனை சற்று முன்னும் பின்னுமாய் ப்ளே செய்து பார்க்க அதில் ஏலியாவை கொலை செய்தவன் நடந்து செல்வது தெரிந்தது.

அதில் ஏதோ ஒரு விசயம் தென்பட "விக்கி சி திஸ் வீடியோ" என்றான். அந்த வீடியோவில் கொலையாளி நடந்து செல்கையில் தனது வலக்கையால் தன் முகத்தில் கட்டியிருந்த துணியை சரி செய்தபடி செல்வது தெரிந்தது. உடனே அதனைப் பார்த்த விக்னேஷ் "எஸ் சார் இந்த இந்த எவிடன்ஸ் நமக்கு எப்படி தெரியாம போச்சு" என்று ஆச்சரியத்துடன் கூற உடனே இம்ரானின் போட்டோசை அதனோடு ஒப்பிட்டு பார்த்தான் சமித்ரன்.

பார்த்த இருவரும் வியக்க உடனே விக்னேஷ் "சார் இந்த எவிடன்ஸ் போதுமே இந்த கேஸ லீட் பண்ண" என்று குஷியாய் கூறினான். உடனே சமித்ரன் "இந்த எவிடன்ஸ் தெரியக்கூடாதுன்னு தான் அன்புச்செழியனை கொன்னுருக்காங்க. ஸோ, அவரை க்ளோஸா இருந்து வாட்ச் பண்ணுனது யாருன்னு கண்டுபிடிக்கணும்" என்றவன் எஸ்.ஐ.பரத்திற்கு போன் கால் செய்தான்.

போன் காலை அட்டண்ட் செய்த பரத் "சார் விசயம் கேள்விப்பட்டேன். அன்புச்செழியன் சாரை பார்க்க அங்க தான் நானும் எஸ்.ஐ.ராஜனும் வந்துட்டிருக்கோம்" "தென் சொல்லுங்க" என்றான். அதற்கு சமித்ரன் நடந்த சம்பவங்கள் அனைத்தும் கூறினான். பின் பரத்திடம் "ஸோ அவரு கூட க்ளோஸா இருந்தவங்கள என்கொய்ரி பண்ணனும். "ஸோ, ஐ நீட் த டிடைல்" என்றான்.

அதற்கு எஸ்.ஜ பரத் "அவர் கூட டிபார்ட்மெண்ட்ல எல்லாருமே நல்லா பழகுவாங்க பட் எஸ்.ஜ.கணேஷ் தான் க்ளோஸ் ஸோ அவர் கிட்ட கேட்டா டிட்டைல்ஸ் கிடைக்கும்" என்றவன் கணேஷ் மொபைல் நம்பரை சமித்ரனுக்கு அனுப்பி வைத்தான்.

உடனே அந்த நம்பருக்கு கால் செய்தான் சமித்ரன். சுவிட்ச் ஆஃப் என வரவே தன் மொபைல் போனை பாக்கெட்டுக்குள் வைத்தபடி, விக்னேஷை பார்த்து "போஸ்ட்மார்ட்டம் ரிப்போர்ட் குயிக்கா வாங்கிடு" என்று கூறி விட்டு அன்புச்செழியன் இறந்த இடத்தில் இரு போலீஸ்காரர்களை காவலுக்கு நிறுத்திவிட்டு வண்டியை ஸ்டேஷனுக்கு விடச் சொல்லி விக்னேஷிடம் சொன்னான்.

உடனே விக்னேஷ் வண்டியை எடுக்க வண்டி சில மணித்துளிகளில் ஸ்டேஷனை வந்தடைந்தது. வண்டியை நிறுத்திவிட்டு இருவரும் உள்ளே சென்றனர். உடனே சமித்ரன் தன் லேப்டாப்பை ஆன் செய்ய விக்னேஷ் கொடுத்த பென்ட்ரைவ் மூலமாக காப்பி செய்த ஃபைல்களை ஒவ்வொன்றாய் பொறுமையாய் பார்த்தான்.

அதில் இருந்த அனைத்தும் படித்தவன் விக்னேஷை அழைத்தான்.

"விக்கி இந்த பிரசாந்த் ஆக்ஸிடெண்ட் கேஸ் ஃபைல் க்ளோஸ் பண்ணிட்டாங்களா?" என்று

சமித்ரன் வினவ அதற்கு விக்னேஷ் "எஸ் சார் அது ஆல் க்ளீயருன்னு கேஸ க்ளோஸ் பண்ணியாச்சு. பட் நம்ம டவுட் எதுவும் க்ளீயர் ஆகல" என்றான்.

உடனே சமித்ரன் "அந்த பஸ் ஓனர் டிட்டைல் வாங்கிடு தென் அந்த கேஸ டில் பண்ணி க்ளோஸ் பண்ணுனது யாரு தென் அந்த டிரைவர் இப்போ எங்க இருக்கான்னு யாருக்கும் தெரியாம விசாரிக்கணும் ஒகே" என்றான்.

உடனே விக்னேஷ் "ஒய் சார்" என்றான். அதற்கு சமித்ரன் "கேஸ் :பைல் பண்ணி :பைன் பே பண்ணிருப்பாங்க பட் இப்போ அந்த டிரைவர் இங்க இருக்க மாட்டான். ஸோ, இந்த கேஸ் நம்ம பென்டிங்ல இருக்குற ஏதாவது ஒரு கேஸ் கூட கனைக்ட் ஆகுமுன்னு நெனைக்கறேன். ஸோ, குயிக் பட் பி கேர் :புல்" என்றான்.

அதனை கேட்ட விக்னேஷ் "சரி" என்றபடி உடனே விரைந்தான்.எஸ்.ஐ பரத் மற்றும் எஸ்.ஐ.ராஜன் இருவரும் தன்னுடைய ஸ்டேஷனுக்கு வந்ததை அறிந்த சமித்ரன் அவர்கள் இருவரையும் புன்னகையுடன் வரவேற்றான்.

இருவரையும் தன் அறையில் அமர வைத்துவிட்டு குடிக்க டியை ஆர்டர் செய்தபடி பேச ஆரம்பித்தான். "அன்புச்செழியன் இம்ரான் கேஸ்ல ஏதோ ஒன்ன மிஸ் பண்ணிருக்காரு அன்னைக்கு ஸ்பாட்ல இருந்தது அவரும் எஸ்.ஐ.கணேஷும்

தான் அவர்கிட்ட விசாரிச்சா தான் ஒரு முடிவுக்கு வர முடியும்" என்றவன் பரத்தை பார்த்து "சார் அத பத்தி ஏதாவது கேட்டீங்களா?" என்றான்.

பரத் பேச முயலும் போது டீ கோப்பைகளோடு ஒரு சிறுவன் உள்ளே வர மூவரும் டீ டம்ளர்களை எடுத்துக் கொண்டனர். குடித்தபடியே எஸ்.ஐ.பரத் சமித்ரனைப் பார்த்து "அந்த இம்ரானோட கேஸ் எல்லாம் க்ளீயரா தான் இருக்கு, அன்புச்செழியன் தான் முதல்ல போய் பாத்துருக்காரு" என்றான். உடனே சமித்ரன் "பட் அதுக்கு முன்னாடியே யாரோ ஒருத்தர் உள்ளே பார்த்து எவிடென்ஸ மாத்தியிருக்காங்க" என்றான்.

உடனே அதற்கு எஸ்.ஐ.பரத் "விசாரிச்ச வரைக்கும் உள்ள புதுசா யாரும் வர வாய்ப்பில்லை ஒருவேளை அப்படி மாத்தியிருந்தா அந்த டைம்ல அங்க இருந்த யாரோ தான் மாத்தியிருக்கணும்" என்றான்.

சமித்ரன் பேச முற்ப்பட்ட போது, அவனது மொபைல் போன் அலறியது. அதனை கையில் எடுத்து போன் காலை அட்டண்ட் செய்த சமித்ரன் "ஹலோ" என்றதும் மறுமுனையில் "ஹலோ சார் நான் எஸ்.ஐ.கணேஷ் பேசறேன். உங்க எஸ்.எம்.எஸ் பார்த்தேன். ஸோ, அதுதான் கால் பண்ணுனேன்" என்றதுமே சமித்ரன் அவனிடம் "விசயம் உங்களுக்கு தெரியுமுன்னு நெனைக்கிறேன்" என்று மெதுவாய்

இழுக்க அதற்கு மறுமுனையில் இருந்த கணேஷ் "எஸ் சார் நா இப்போ அங்க தான்

கிளம்பிட்டேன் சிங்காநல்லூர் பி5 ஸ்டேஷன் தானே, சார் நான் இன்னும் ∴போர் ஹவர்ஸ்ல அங்க இருப்பேன் சார்" என்றான்.

உடனே அதற்கு சமித்ரன் "ஓகே வாங்க மத்த டிட்டைல்ஸ் எல்லாம் நேர்ல பேசிக்கலாம்" என்று சொல்லி முடித்தவன் எஸ்.ஐ.பரத் மற்றும் ராஜனிடம் கணேஷ் வருகை பற்றி கூறினான். அதற்கு எஸ்.ஐ. ராஜன் "அவர் வந்தா ஏதாவது லீட் கிடைக்க சான்ஸ் இருக்கு. பிக்காஸ் அவரு தான் எப்பவும் ஏசி கூடவே இருப்பாரு. ஏசி அன்புச்செழியன் சார் ரொம்ப நல்ல மனுஷன் சார்" என்றான் சங்கடமாய்.

சில வினாடிகள் அமைதிக்கு பிறகு சமித்ரன் "சார் நீங்க ரெண்டு பேரும் ஜீ.எச். போய் பாடிய ஒன் டைம் பாத்துடுங்க அப்புறம் ∴பார்மால்டிஸ் முடிஞ்ச பின்னாடி போலீஸ் மரியாதையோட அவரு பொண்ணோட சமாதி பக்கத்துல புதைச்சுடலாம்" என்றான்.

உடனே அதற்கு எஸ்.ஐ.ராஜன் "எஸ் சார் அவருக்கு க்ளோஸ் ரிலேட்டிவ்ஸ் கொஞ்சம் பேருதான் ஸோ அவங்க கிட்ட நான் ஆல்ரெடி இன்∴பார்ம் பண்ணிட்டேன். இப்ப வந்துடு வாங்க" என்றான் உறுதியாய்... உடனே எஸ்.ஐ.பரத் சமித்ரனை பார்த்து "க்ரைம் சீனுக்கு எங்கள

ஒன் டைம் கூட்டிட்டு போறீங்களா" என்று ஓர் கவலையாய் கேட்க அதற்கு சமித்ரன் "வாங்க போலாம்" என்று ஒரே வார்த்தையில் சொல்லி முடித்து போலீஸ் ஜீப்பை எடுக்கச் சொல்லி பரத்திடம் சாவியை கொடுக்க பரத் வண்டியை எடுத்தான்.

எஸ்.ஐ ராஜனும் சமித்ரனும் வண்டியில் ஏறி அமர, வண்டி கிளம்பியது. சிறிது நேரத்தில் வண்டி சபிதா கார்டனை சென்றடைந்தது. வண்டியை நிறுத்திவிட்டு மூவரும் உள்ளே சென்றனர்.

காவலுக்கு இருந்த போலீஸ் இரண்டு பேரும் இவர்களை பார்த்ததும் மிடுக்காய் ஒர் சல்யூட் வைத்தனர். பதிலுக்கு தலையை அசைத்து விட்டு மூவரும் ஏசி அன்புச்செழியன் கொலை செய்யப்பட்ட அறையினுள் செல்ல, ஆங்காங்கே சிதறிய பொருட்கள் இரத்தக்கறைகள் என எல்லாமே அப்படியே இருந்தன.

அனைத்து இடத்திலும் "எச்சரிக்கை" என்ற பேப்பர் ரோல் மூலம் சுற்றப்பட்டிருந்தது. அதனை எஸ்.ஐ.பரத்தும் ராஜனும் கவலையாய் பார்த்தனர். சமித்ரன் நடந்த சம்பவத்தை தெளிவாக விளக்கினான்.

இருவரிடமும் கூறிக் கொண்டிருந்த சமித்ரனின் பார்வை சட்டென இரத்தக்கறை படிந்த மாத

காலெண்டர் மீது பட்டது. உடனே அதனையே உற்றுப் பார்த்தான்.

உடனே எஸ்.ஐ.பரத் "சார் எனி ப்ராபளம்?" எனக் கேட்டான். அதற்கு சமித்ரன் "ஏசி சாரோட கைவிரல்கள அக்யூஸ்ட் கத்தியால வெட்டிட்டான். பட், இந்த காலண்டர்ல இருக்குற பிளட் பாக்க எப்படி தெரியுது?" என்று கேட்டான். உடனே இருவரும் ஒன்றும் புரியாமல் திகைக்க சமித்ரன் நிதானமாய் பார்த்தான்.

அந்த காலண்டர்ல இருந்த பிளட் தெறித்தது போல் இல்லாமல் குறிப்பிட்ட ஒவ்வொரு இடத்தில் சிந்தியிருந்தது. அதனை பார்த்துவிட்டு "பரத் சார் நம்ம ஏசி அன்புச்செழியன் ஒரு பெரிய க்ளூ கொடுத்துட்டு போயிருக்காரு" என்றான் சமித்ரன்.

அதற்கு "என்ன சார் சொல்றீங்க?" என்றான் பரத். உடனே சமித்ரன் "இது ஒரு மன்த்லீ காலெண்டர். இதுல இருக்குற பிளட் பர்ட்டிகுலரா ஒரு மூணு டேட்ல மட்டும் சிந்தியிருக்கு. மத்த இடத்துல ஒண்ணுமில்ல. பட், வேற இடத்துல எல்லாம், பிளட் சிதறின மாதிரி இருக்கு.

இங்க மட்டும் தான் பிளட் நிதானமா சிந்துன மாதிரி இருக்கு. ஒரு டேட்ல இருந்து இன்னொரு டேட்டுக்கு பிளட் சிதறமா பாஸ் பண்ணுன மாதிரி இருக்கு. ஸோ, அவரு இது மூலமா நம்ம கிட்ட ஏதாவது க்ளூவ பாஸ் பண்ணியிருப்பாருன்னு

தோணுது" என சந்தேகமாய் கூற உடனே அதற்கு பரத்" நீங்க சொன்னது ரொம்ப கரெக்ட். இத பார்த்தா கன்ஃபார்மா அப்படித் தான் தெரியுது" என்றான் ஊர்ஜிதமாய்.

அதற்கு சமித்ரன் அந்த காலெண்டரை பார்த்தபடி "இந்த பேஜ் போன மன்த் ஆகஸ்ட்டோடது ஸோ, டேட் ஒன்,டேட் நைன்,டேட் டுவெண்டி டேட்ல இவரோட ஆக்டிவிட்டிஸ் தென் அந்த டேட்ல என்னென்ன நடந்தது அந்த டேட்ஸூக்கும் இதோட லிங்க் ஆகற மத்த கேஸஸையும் வெரிஃபை பண்ணி பாக்கனும்" என்றவன் தன் மொபைலை எடுத்து அதனை போட்டோ எடுத்துக்கொண்டு விக்னேஷுக்கு கால் செய்து விவரத்தை கூறினான்.

முழுவதையும் கேட்ட விக்னேஷ் பேச ஆரம்பித்தான் "சார் பிரசாந்த் கேஸ் விசயமா அந்த பஸ் ட்ராவல் கம்பெனியில விசாரிச்சுட்டேன். பீ.பீ. என்.டிராவல்ஸ் கம்பெனி சார் இயர்லி மார்னிங் ரெகுலர் டைம்ல பர்ஸ்ட் ட்ரிப் பஸ் கிளம்பியிருக்கு ஸோ பேஸஞ்சர் யாரும் இல்ல இயர்லி மார்னிங்கறது நால கொஞ்சம் ஓவர் ஸ்பீட் ஸோ கன்ட்ரோல் இல்லாம ஆக்ஸிடன்ட் ஆகியிருக்கு பட் அந்த டிரைவர் இப்ப தான் ஒரு டூ,த்ரீ டேஸா லீவ் போட்டுட்டு ஊருக்கு போயிருக்கான்" என்றான்.

உடனே சமித்ரன் "ட்ராவல்ஸ் டிட்டைல்ஸ்" என்று சுருக்கமாய் கேட்க அதற்கு "சார் அத தான் விசாரிச்சுட்டு இருக்கேன்" "ஜஸ்ட் டென்

மினிட்ஸ் சார் ஐ வில் கம்" என்றான். உடனே சமித்ரன் "ஓகே அத முடிச்சுட்டு நான் சொன்ன அந்த டேட்ல சதிஷ்குமாரோட டீட்டைல் எடுத்துடு மத்தவங்க டீட்டைல் இங்க எஸ்.ஜெ.பரத் கிட்ட சொல்லி நான் வாங்கிடுவேன்" என்று சொல்லி முடித்தவன் பரத்திடம் அந்த மூணு டேட்ல ஏலியா, இம்ரான், பிரசாந்த் பத்தி ஏதாவது லிங்க் ஆகுதான்னு பாருங்க" என்றான். உடனே பரத் "சரி" என தலையை அசைத்தபடி தன் மொபைலை எடுத்து தன்னுடைய ஆபிஸுக்கு விசயத்தை கூறி விவரத்தை உடனடியாக எடுக்கச் சொன்னான்.

சில வினாடிகளில் அங்கிருந்து எஸ்.ஜெ.பரத்தும், ராஜனும் ஏசி அன்புச்செழியன் பாடியை பார்க்க ஜி.எச் க்கு கிளம்ப சமித்ரன் அவர்களை அனுப்பி வைத்துவிட்டு மீண்டும் அன்புச்செழியன் கொலை செய்யப்பட்ட அறைக்குள் சென்றான்.

அங்கிருந்த ஒவ்வொரு பொருட்களையும் மிக கவனமாய் ஆராய்ந்தான். சற்று திரும்பிய சமித்ரன் ஒரு விசயத்தை கவனித்தான். அறையின் முழுவதும் இரத்தம் தெறிக்கப்பட்டு வழிந்தோடியிருந்தது. ஆனாலும் ஓர் சிறிய இடத்தில் ஈக்கள் இறந்து கிடந்தன. அதனை கவனித்தபடி அதனருகே வந்தவன் அமர்ந்தபடி அதனை பார்த்தான்.

சற்றே யோசித்தவாறு தன் பாக்கெட்டில் இருந்த பேனாவை எடுத்து அந்த இறந்துபோன ஈக்களை லேசாய் கலைத்தான். பின் அந்த பேனாவை தன்

நாசியின் அருகே கொண்டு சென்று முகர்ந்தவன் அதன் நெடியை வித்தியாசமாக உணர்ந்தான். உடனே ஒரு யோசனையாய் ∴பாரன்ஸுக் ஆபிஸர் கார்த்திக்கிற்கு போன் கால் செய்து விவரம் கூறி வரவழைத்தான்.

சில நிமிடங்களில் வந்த கார்த்திக் "சார் எங்க அந்த இடத்த காட்டுங்க" என்று கேட்க, சமித்ரனும் அவ்விடத்தை காட்ட அதனை பார்த்த கார்த்திக் உடனே தன் உதவியாளரிடம் "இந்த சாம்பிள் எடுத்துடுங்க" என்றதும் அந்த இறந்து போன ஈக்கள் மற்றும் அந்த இடத்தை லேசாய் சுரண்டி எடுத்தான். அமைதியாய் நின்ற சமித்ரனிடம் "சார் இதுல பெருசா எவிடன்ஸ் கிடைக்குமுன்னு தோணல" என்றான் கார்த்திக் ஒரு வித சலிப்போடு.

உடனே அதற்கு சமித்ரன் "சார் ஒரு எவிடன்ஸும் இல்ல, ஒரு க்ளூவும் இல்ல ஸோ, இதுலயாவது எதாவது கிடைக்க சான்ஸ் இருக்குமான்னு தா உங்களுக்கு கால் பண்ணுனேன்" என்றான் ஒரு வித விரக்தியாய்

உடனே கார்த்திக் "ஓகே எல்லா ரிப்போர்ட்டும் ∴பைவ் ஹவர்ஸ்ல கொடுத்துடறேன் சார்" என்றவன் அங்கிருந்து கிளம்பினான்.

அதன் பின் சமித்ரன் வண்டி சாவியை எடுத்தபடி கிளம்பி தன் ஸ்டேஷனை வந்தடைந்தான். உள்ளே வந்த சமித்ரனை எதிர்கொண்ட விக்னேஷ் "சார்

அந்த பீ.பீ.என். டிராவல்ஸோட ஒனர் யு.எஸ் போயிருக்காரு தென் அந்த டிரைவர் வந்தா ஒரு என்கொய்ரி பண்ணிடலாம்" என்றான்.

ஸ்டேஷன் போன் "ட்ரீங் ட்ரீங்" என சிணுங்க போனை எடுத்த சமித்ரன் பேசிவிட்டு விக்னேஷை பார்த்து "ஏசி அன்புச்செழியனோட பாடி ∴பார்மால்டி முடிஞ்சு எடுத்துட்டு வர்றாங்கலாம். பாடிய அவரு பொண்ண அடக்கம் பண்ணுன அவரோட இடத்துலயே பண்ணிடலாமுன்னு சொல்றாங்க. ஸோ, அந்த ∴பார்மால்டி ஒர்க்க ரெடி பண்ணிடு விக்கி" என்றவன் "தென் எஸ்.ஐ.கணேஷுக்கு கால் பண்ணி அவரு வந்துட்டாருன்னா அவர் கிட்ட எதாவது க்ளூ கிடைக்குமான்னு விசாரிச்சுடு விக்கி" "தென் அன்புச்செழியன் சாரோட கன்டலன்ஸூக்கு வந்துடு" என்று சொல்லி முடித்தவன், தன் அறைக்கு ஓய்வெடுக்க சென்றான்.

சில மணி நேரங்கள் ஓடிய பின் ஏசி அன்புச்செழியன் சம்பந்தப்பட்ட அனைத்து ரிப்போர்ட்டு சமித்ரனின் மேஜைக்கு வந்தன. ஓய்வில் இருந்த சமித்ரன் சட்டென விழித்து தன் மேஜையின் மேலிருந்த ∴பைல்களை ஒவ்வொன்றாய் பார்த்தான்.

போஸ்ட்மார்டம் ரிப்போர்ட்டுகளை படித்துவிட்ட பின் மற்ற ∴பைல்களை பார்த்தான். "ட்ரீங் ட்ரீங்" என சமித்ரனின் போன் அழைக்க போனை எடுத்து "ஹலோ" என்றதும் மறுமுனையில் ∴பாரன்ஸூக்

ஆபிஸர் கார்த்திக் "உங்க டவுட் க்ளீயர் சார் அந்த ஸ்பாட்ல இருந்தது ஒரு மெடிசன் அது ஒரு ஆம்புல் பேக்கேஜ் அது இன்கேஸ் தவறுதலா மிஸ்ஸாகி விழுந்துருக்கலாம்" என்று கூறியவனை இடைமறித்த சமித்ரன் "அது என்ன மெடிசன்? எனி டிட்டைல்ஸ்?" என்றான்.

உடனே அதற்கு கார்த்திக் "சார் லேப் டெஸ்ட் பண்ணியாச்சு அது ஒரு ஸ்மால் சைஸ் கண்ணாடி பாட்டில் பேக்கேஜ். பட், உடைஞ்ச கண்ணாடி பீஸ் எதுவும் இல்ல ஆனா அது மனுசனோட லங்ஸ் ∴பங்ஷன்ல டிசீஸ் இருந்தா நல்லா பங்ஷன் ஆகருக்கு கொடுக்கறது" என்றவனிடம் சமித்ரன்" பல்மோனரி டிபார்ட்மெண்ட்டா?" என்றான் கேள்வியாய் அதற்கு "எஸ் சார் அது லங்ஸ் ப்ராப்பரா ஒர்க் பண்ணாம இருந்தா இந்த மருந்த இன்ஜக்ட் பண்ணுவாங்க. சுருங்கி விரியற தன்மை ரொம்ப டவுன் ஆச்சுன்னா இந்த மெடிஷன டாக்டர்ஸ் ரெக்கமெண்ட் பண்றாங்க தென் அதோட நேம் சுவாங்கேழி இன்ஜக்ஷன்" என்றான் கார்த்திக்.

இதனை கூறியவன் மேலும் "சார் இத யூஸ் பண்றவங்களுக்கு கன்∴பார்மா லங்ஸ் டிசீஸ் ரொம்ப அதிகமா இருக்கும் சொல்லப்போனா எட்ஜ் ஆப் தி ஸ்டேஜ்ன்னு நம்ம டாக்டர் சொன்னாரு" "இதுக்கப்பறம் லங்க்ஸ் டிரான்ஸ்பல்மெண்ட் தான் பண்ணனும்" என்றான்.

அதற்கு சமித்ரன் "இந்த டிசீஸ் ஏசி அன்புச்செழியனுக்கு இல்ல பிக்காஸ் அவரோட மெடிக்கல் டேட்டா ரிப்போர்ட்ஸ் ∴புல் டிடைல்ஸ் என் கிட்ட இருக்கு. ஸோ, அக்யூஸ்ட்டோடதா இருக்கும் கார்த்திக். நீங்க என்ன சொல்றீங்க" என்றான். அதற்கு கார்த்திக் "சார் இத யூஸ் பண்றவன் கண்டிப்பா இந்த க்ரைம பண்ண முடியாது பிக்காஸ் ஹெல்த் கண்டிஷன் ஈஸ் வெரி பேட். ஸோ, இது கண்டிப்பா அவன் கூட இருக்கறவங்களுக்கு தான் இந்த டிசீஸ் இருக்க சான்ஸ் இருக்கு" என்றவனிடம் சமித்ரன் "ஸோ இந்த டிசீஸ் இருக்குற லிஸ்ட் ரெடி பண்ணுனா ப்ராபளம் ஓவர். என்ன ரைட்டா கார்த்திக்" எனக்கூற உடனே கார்த்திக்" நோ சார் இந்த டிசீஸ் ஏசி சார் ஒர்க் பண்ணுன கோயமுத்தூர் தென் தஞ்சாவூர் ரெண்டு ஏரியாவிலும் நெறைய பேர் இருப்பாங்க. ஸோ, நாட் பாசிபில்" என்றான்.

உடனே மறுமுனையில் சமித்ரன் "ரைட் கார்த்திக் பட் அன்புச்செழியனோட க்ளோஸ்டு பர்சன்ஸ மட்டும் நாம என்கொய்ரி பண்ணுனா போதுமே" என்றான் புத்திசாலித்தனமாய்.

அதற்கு கார்த்திக் "எஸ் வெரி குட் அந்த லிஸ்ட்ட ரெடி பண்ணி என்கொய்ரி பண்ணுங்க. பட் இந்த மேட்டர் வெளியே லீக் ஆகக் கூடாது சார்" என்றான் இரகசியமாய்,

உடனே சமித்ரன்" எஸ் கார்த்திக் இந்த மேட்டர் நமக்குள்ளேயே இருக்கட்டும். பிக்காஸ் எனக்கு

இன்னொரு டவுட் இருக்கு. ஸோ, அது கூட மேட்ச் ஆக சான்ஸ் இருக்கு" என்றான்." அப்போ குயிக்கா லிஸ்ட் எடுங்க" என்று கூறி போன் காலை கட் செய்தான் கார்த்திக்.

ஏற்கனவே தயாராக வைத்திருந்த லிஸ்ட்டை எடுத்த சமித்ரன் அது சம்பந்தமாக கோயமுத்தூரில் அன்புச்செழியனிடம் நெருக்கமாக இருந்த அனைவரின் டிட்டைல்களை அனைத்து ஆஸ்பிட்டல்களிலும் மற்றும் அந்தந்த மாவட்ட சுகாதாரத்துறை பதிவேடுகளிலும் உள்ளதா என சரிபார்க்க நேரடியாக இறங்கினான். எஸ்.ஜெ. பரத்திற்கு போன் கால் செய்து விசயத்தை கூறினான். அதற்கு பரத்தும் விசாரிக்க தொடங்கினான்.

சிறிது நேரம் யோசித்த சமித்ரன் உடனே தனது வண்டியின் மீது அமர்ந்தான். சட்டென வண்டியை எடுத்தபடி வேகமாய் பி.பி.என் ட்ராவல்ஸ் கம்பெனிக்கு சென்றான். அங்கு சென்றவன் அதன் ஓனர் பற்றி விசாரித்தவன் ஓனருடைய ப்ரதர் தான் ட்ராவல்ஸை நடத்துகிறார் என்பதை தெரிந்து கொண்டு அதைப் பற்றி விசாரித்தான்.

அதில் சில ஆச்சரியமான தகவல்கள் கிடைக்கவே அங்கிருந்து கிளம்பினான். வரும் வழியில் வண்டியை நிறுத்தியவன் உடனே கஸ்தூரி லாட்ஜிற்கு போன் கால் செய்தான். போன் காலை அட்டண்ட் செய்த அருண் "ஹலோ" என்றதும் மறுமுனையில் சமித்ரன் "நான் இன்ஸ்பெக்டர்

சமித்ரன் பேசறேன்" என்றதும் அருண் பவ்யமாய் "சார் சொல்லுங்க" என்று மரியாதையோடு கேட்க பதிலுக்கு மிக இரகசியமாய் ஒரு சில கேள்விகளை கேட்டு விட்டு போன் காலை கட் செய்தான்.

எஸ்.ஐ.பரத்திடம் ஒரு விசயத்தை கூறி இரகசியமாய் செய்யச் சொன்னான். உடனே அதற்கு பரத் "தப்பா போயிடுச்சுன்னா ரொம்ப ப்ராபளம் வரும் சார்" என்றான் ஒரு வித பயத்தோடு. உடனே அதற்கு சமித்ரன்" தப்பு ஆயிடுச்சுன்னா என்னோட நேம சொல்லி நீங்க தப்பிச்சுடுங்க எதுவா இருந்தாலும் நான் ∴பேஸ் பண்ணிக்கிறேன்" என்றவன் போன் காலை கட் செய்தவுடன் எஸ்.ஐ.ராஜனுக்கு போன் கால் செய்ய மறுமுனையில் "ஹலோ சார் நானே உங்களுக்கு கால் பண்ணனும்னு இருந்தேன் பட் நீங்களே கால் பண்ணிட்டிங்க சார்" என்றான்.

"இட்ஸ் ஓகே சொல்லுங்க சார்" எனக்கூறிய சமித்ரனிடம் எஸ்.ஐ.ராஜன் "ஏசி சாரோட பாடி இன்னும் தேர்ட்டி மினிட்ஸ்ல வந்துடுமா சார்" எனக் கேட்க அதற்கு சமித்ரன் "எஸ் சார் வந்துடும்" என்றவன் "சார் அந்த அன்னொவுன் த்ரீ நம்பர்ஸ் கோயமுத்தூர்ல எங்கங்க ட்ராவல் ஆச்சு. தென் முக்கியமா அந்த நம்பர்ஸ் எல்லாம் எந்தெந்த இடத்துல ஒண்ணா இருந்துச்சு. தென் எந்த இடத்துல ஸ்விட்ச் ஆப் ஆச்சுன்னு இத மட்டும் ஒரு கம்பிளீட் டிட்டெல் கொடுங்க ப்ளீஸ் சார்" என்று நீளமாய் சொல்லி முடித்தான்.

உடனே அதற்கு "கண்டிப்பா சார் பட் நீங்க இங்க இருக்குற சைபர் க்ரைம்ல எடுக்கலாமே" எனக் கேட்ட ராஜனுக்கு "சார் இங்க எடுத்தா சப்போஸ் மேட்டர் லீக்காக சான்ஸ் இருக்கு. ஸோ, அது தான் உங்க கிட்ட சொன்னேன்" என்றான் சமித்ரன்.

உடனே எஸ்.ஜெ.ராஜன் "சார் எப்படியும் லீக் ஆகும் பட் என்ன கொஞ்சம் லேட்டாகும் பட் ஷூர் சார் ஏற்கனவே எடுத்தது தான் கொஞ்சம் வெயிட் பண்ணுங்க டீட்டைல் வாங்கி அனுப்புறேன்" என்று கூறி இணைப்பை துண்டித்தான்.

உடனே தனது கீயை வண்டிக்கு கொடுத்து ஸ்டார்ட் செய்தான். வண்டி வேகமாய் வந்து ஸ்டேசனை அடைந்தது. உடனே வேகமாய் வந்தவன் தன் அறைக்குள் சென்று தன் மேசை ட்ராயரை திறந்தான். உள்ளேயிருந்த பென்ட்ரைவை எடுத்து கீழே இருந்த சிபியு வில் சொருகினான். திரையில் அனைத்து ஃபைல்களும் வழக்கம் போல் வந்து நிற்க அதிலிருந்த மற்ற ஃபைல்களை முடிந்தவரை நிதானமாய் படித்துக் கொண்டிருக்க சமித்ரனின் போன் கூவியது.

"ட்ரீங் ட்ரீங்" அலறிய போனை அட்டண்ட் செய்ய மறுமுனையில் எஸ்.ஜெ.பரத் ஒரு வித பதட்டத்தோடு "சார் உங்க டவுட் கன்பாஃர்ம். பட் அது ஒரு பொண்ணு. அவரோட சிஸ்டர் தான்" என்றவனிடம் தன் நாற்காலியை விட்டு எழுந்து இரகசியமாய் "அவங்க ரெண்டு பேரோட பாஸ்போர்ட் தென் வீசா

அப்பளை பண்ணிருக்காங்களான்னு ஸ்டேஷன் ரெக்கார்டு பாருங்க. ரீசண்ட்டா ∴பாரின் கண்ட்ரீ போயிருக்காங்களா? இல்ல, இனிமேல்தான் போகப் போறாங்களான்னு தெரிஞ்சுக்கோங்க. அப்புறம் ப்ளைட் டிக்கெட் டீட்டெல்ஸ் ரொம்ப குயிக்கா வேணும்" என்று பேசிவிட்டு சுற்றும் முற்றும் பார்த்தான்.

மீண்டும் அமர்ந்து அந்த ∴பைல்களை கவனித்தான். முழுவதுமாய் படித்து முடித்துவிட்டு தன் மொபைலை எடுத்து ஏலியாவின் தந்தை அலெக்ஸுக்கு போன் கால் செய்தான். போனை அட்டண்ட் செய்த அலெக்ஸ் "ஹலோ" என்றதும் "நான் இன்ஸ்பெக்டர் சமித்ரன் பேசறேன்" என்றான்.

அதற்கு அலெக்ஸ் "சொல்லுங்க சார்" என்றார். உடனே சமித்ரன் தொடர்ந்தான் "சார் உங்க பொண்ணு இறக்கறதுக்கு முன்னாடி லாஸ்ட் ஒன் வீக்ல ஏதாவது டாக்ஸி கேப்ல லோக்கல் ட்ராவல் பண்ணுனாங்களா" எனக் கேட்க அதற்கு அலெக்ஸ் யோசித்தவாறு இல்லை என்பது போல் இழுக்க

உடனே சமித்ரன் "சார் நல்லா யோசிச்சு சொல்லுங்க ப்ளீஸ் சார்" என்றான் அவசரமாய் கேட்க, நன்கு யோசித்த அலெக்ஸ் "சார்ர்ர்" என இழுத்தபடி "ஆமா சார் அவ இறக்கறதுக்கு ஒரு அஞ்சாறு நாளைக்கு முன்னாடி அவளுக்கு கொஞ்சம் லைட்டா ∴பீவ்வர்ன்னு சொன்னா அதுக்கு நான் வரட்டுமான்னு கேட்டத்துக்கு வேண்டாம்ப்பா

என்னால ரொம்ப முடியலைன்னா பக்கத்துல டாக்சி இருக்கு அதுல வந்துடுறேன்னு சொன்னா சார்" என்று சொன்னவர் "சார் கொன்னவன பத்தி ஏதாவது தகவல் கிடச்சுதா சொல்லுங்க" என்று கண்கள் கலங்கி அழுதபடி கேட்க உடனே அதற்கு சமித்ரன் "சார் ப்ளீஸ் ∴பீல் பண்ணாதீங்க ஓகே" என ஆறுதல் கூறிவிட்டு தொடர்ந்தான் "உங்க பொண்ணோட லேப்டாப் மிஸ் ஆனதும் அதே அஞ்சாறு நாள் இருக்குமா" என்று கேட்க அதற்கு அலெக்ஸ் "ஆமாங்க சார் அவ இறக்கறக்கு அஞ்சாறு நாள் முன்னாடி தான் லேப்டாப் காணாம போயிடுச்சு" என்றார் ஆணித்தரமாய்

உடனே சமித்ரன் "நீங்க இன்னும் ரெண்டு நாளைக்கு என்னோட போன் கால் தவிர வேற யாரு கால் பண்ணுனாலும் எடுக்காதீங்க இத மட்டும் பண்ணுங்க போதும்" என்று கூற அலெக்ஸ் "சரி" என்று கண்ணீர் மல்க கூறினார்.

அந்த போன் காலை கட் செய்த சமித்ரன் "சந்தோஷ்" என சத்தமாய் அழைக்க மிடுக்கான சல்யூட்டுடன் வந்து நின்றான் எஸ்.ஐ.சந்தோஷ்குமார். உடனே அவனைப் பார்த்து "எனி டைம் ஒரு டீம் ∴பாம் பண்ணி ரெடியா இருங்க நான் இன்செக்ஷன் கொடுத்ததுமே நான் சொல்ற ஆட்களை அரஸ்ட் பண்ணி கஸ்டடில யாருக்கும் தெரியாம அன்னபிஷியலா எடுத்துடுங்க. மப்டில போங்க ஓகே" என கனத்த குரலில் கூற

அதற்கு எஸ்.ஐ.சந்தோஷ்குமார் சரி என்பது போல் தலையசைத்தான்.

அங்கிருந்து விடை பெற்று தனது வண்டியை எடுத்து பழைய ராதாராணி தியேட்டர் அருகே உள்ளே டி டைம்ஸ் கடைக்கு வண்டியை விட ஐந்தே நிமிடத்தில் வந்து சேர்ந்தது. வண்டியை நிறுத்திவிட்டு இறங்கிய சமித்ரனை பார்த்ததும் கடை முதலாளி பவ்யமாய் ஒரு வணக்கத்தை வைத்து விட்டு "சாருக்கு ஒரு ப்ளாக் டீ" என்றார். உடனே டிக் கோப்பையுடன் பணியாள் கொண்டு வந்து கொடுக்க கடையின் பக்கவாட்டில் உள்ள இடத்தில் ஒரு நாற்காலியை போட்டு லேசாய் மறைந்தபடி அமர்ந்தான். சில வினாடிகளிலேயே சமித்ரனின் செல்போன் அலறித்துடிக்க போனை எடுத்து "ஹலோ" என்றதும் மறுமுனையில் எஸ்.ஐ.ராஜன் "சார் அந்த மூணு சிம் தென் அந்த செக்கன்ட் அன்ட் தேர்டு சிம், ஆல் லாஸ்ட் மூவ்விங் டிட்டைல் கோயமுத்தூர்ல எந்தெந்த ப்ளேஸ்சுன்னு க்ளீயர்ரா சென்ட் பண்ணியிருக்கேன் சார்" என்றான்.

அதற்கு "வெரி தேங் யூ சார் தென் இப்ப நீங்க எங்க இருக்கீங்க" எனக் கேட்க அதற்கு ராஜன் "இப்போ நான் ஏசி அன்புச்செழியன் பாடிய அடக்கம் பண்றத்துக்காக அவரோட சபிதா கார்டன்ல தான் இருக்கேன்" என்றான் கவலையாய். உடனே சமித்ரன் "ஏசி அன்புச்செழியனோட பாடி வந்ததுமே இன்.்பார்ம் பண்ணுங்க" என்றான்.

உடனே அதற்கு ராஜன் சற்று எட்டிப் பார்த்தபடி "ஒரு ஆம்புலென்ஸ் வண்டி உள்ள வருது மே பி அவரோட பாடி தான்" என்றான் ஒரு மாதிரியாய் இழுத்தபடி. உடனே அதற்கு "ஒகே" என்று சொல்லி லைனை துண்டித்தான் சமித்ரன். ராஜன் அனுப்பிய மெசேஜை பார்த்துவிட்டு சமித்ரன் விக்னேஷுக்கு டி டைம்ஸ் வரச்சொல்லி எஸ்.எம்.எஸ் செய்தான். டி யை குடித்து முடிக்க சரியாக விக்னேஷ் சமித்ரன் முன்பு வந்து நின்றான்.

உடனே சமித்ரன் விக்னேஷுக்கு ஒரு டியை ஆர்டர் செய்தபடி "விக்கி அந்த பி.பி.என் டிராவல்ல ஆக்ஸிடன்ட் பண்ணுனது உக்கடம் டு ஒண்டிபுதூர் ட்ரிப் போற பஸ் தானே" என்றான். அதற்கு விக்னேஷ் "ஆமாம்" என்று கூறிவிட்டு தனக்கு வந்த டியை வாங்கி குடிக்க ஆரம்பித்தான்.

உடனே சமித்ரன் "அந்த பஸ் டிரைவர் பேரு தென் டிட்டைல்" என இழுக்க சட்டென விக்னேஷ் "சார் அவன் பேரு சுரேஷ் இங்க பக்கதுல தாராபுரம் தான் அவன் சொந்த ஊரு அவனோட போன் நம்பர் வாங்கிட்டேன் சார் தென் ஒரு சின்ன என்கொய்ரி இருக்குன்னு நியூஸ் கொடுத்துருக்கேன்" என்றான். அதற்கு சமித்ரன் "இன்னும் கொஞ்ச நேரத்துல அவன் இங்க இருக்கனும்" "ஸோ தாராபுரம் லோக்கல் ஸ்டேஷனுக்கு கால் பண்ணி அவன உடனே வர வை. அவன் வந்ததும் அவன ஏசி

அன்புச்செழியன் இறுதி சடங்கு நடக்குற இடத்துக்கு கூட்டிட்டு வந்துடு" என்றான்.

அதற்கு விக்னேஷ் "இப்பவே பண்ணிடறேன். பட், அந்த கேஸும் க்ளோஸ்டு தான்" என்றான் சலிப்பாய், உடனே சமித்ரன் "விக்கி அப்படியே அட்வகேட் அருள்சந்திரனையும் ஏசி அன்புச்செழியனோட ஸ்பாட்டுக்கு வரவழைச்சுடு நம்ம கேஸுக்கு ஹெல்ப்பா இருக்கும்" என்றான். உடனே விக்னேஷ் "சரி சார் என்றான். ஸோ, நீ குயிக்கா வேலைய முடிச்சுடு" என்றவன் குடித்த டீ யுக்கு காசை கொடுத்து விட்டு வண்டியை எடுத்து கிளம்பினான்.

விக்னேஷ் ஒன்றும் புரியாமல் திகைத்து போய் நின்றான். சமித்ரனின் வண்டி புகையை தள்ளியபடி வேகமாய் போய் சிங்காநல்லூர் போலீஸ் ஸ்டேஷனுக்குள் நின்று அடங்கியது. சாவியை எடுத்தபடி உள்ளே சென்ற சமித்ரன் தன் அறைக்கு சென்று மஞ்சள் நிறத்தில் உள்ள ∴பைலை எடுத்தான்.

தன் மொபைலை எடுத்து கம்ப்யூட்டருடன் கனைக்ட் செய்து சில ∴பைல்களை ப்ரிண்ட் எடுத்தான். அதனையும் ∴பைல்களுக்குள் சேர்த்து வைத்து எடுத்துக்கொண்டு தன் வண்டி நோக்கிச் சென்றான். சாவியை கொடுத்து வண்டியை உயிர்பிக்க வண்டி அதிவேகத்தில் கிளம்பியது.

கே.ஜி.தியேட்டர் தாண்டி நேராக சென்று வலதுபுறம் உள்ள கமிஷனர் அலுவலகத்திற்குள் சென்றது. உள்ளே காக்கி யூனி:்பார்ம்களாய் தெரிய அனைவருக்கும் வணக்கம் வைத்தபடி உள் செல்ல வலதுபுறம் உள்ள என்ட்ரி புத்தகத்தில் கையொப்பம் இட்டவன் "சார் இருக்காரா? "என்று வினவ, உடனே எதிரே இருந்த போலீஸ் "ம் இருக்காரு சார் போங்க" என்றான்.

உள்ளே வேகமாய் சென்றவன் ஒரு விரைப்பான சல்யூட்டை வைத்துநின்றான். ரோலிங்நாற்காலியில் அமர்ந்திருந்த கமிஷனர் தீபக்பாபுவிற்கு வழுக்கை தலை வயது ஐம்பத்தி ஐந்து இருக்கும். கம்பீர மீசையும் நன்கு வழித்த ஷேவ் முகம் அவருடைய சிவந்த நிறத்திற்கு மேலும் பிரம்மாண்டமான தோற்றத்தை கொடுத்தது.

சமித்ரனை பார்த்ததும் "வாங்க சமித்ரன் உட்காருங்க" என்றதும் சமித்ரன் "தேங் யூ சார்" என்றபடி இருக்கையில் அமர்ந்தபடி தன்னிடம் இருந்த :்பைலை நீட்டினான். அதனை வாங்கிய கமிஷனர் தீபக்பாபு நிதானமாய் படித்தார். சில மணித்துளிகள் போகவே கமிஷனர் ஆச்சரியத்துடன் "ம் வெரி குட் பட் நீங்க இத என்கொய்ரி பண்ணிதான் மீதி விசயத்த வாங்கணும் ஆனா எவிடன்ஸ் எல்லாம் கரெக்ட்டா இருக்கு" என்றார்.

உடனே சமித்ரன் பவ்யமாய் "சார் இதுகெல்லாம் ஒரே காரணம் தான் ஸோ இமீடியட்டா ஆக்ஷன்

எடுக்கணும் ஸோ நீங்கககக!!" என்று இழுக்க உடனே கமிஷனர் "சமித்ரன் ரெக்கார்ட்ஸ் பக்காவா இருக்கு ஸோ ஜ வில் கிவ் ∴புல் பர்மிஷன் தென் ஏசி அன்புச்செழியன் பாடிக்கு ஆல் ∴பார்மால்டிஸ் ரெடி பண்ணிட்டீகளா" என்றவர் சமித்ரன் ஏற்கனவே டைப் செய்திருந்த பேப்பரை படித்து பார்த்த கமிஷனர் அதில் கையொப்பம் இட்டார். உடனே அதனை வாங்கிய சமித்ரன் "ஆல் ∴பார்மால்டிஸ் ஒவர் சார் இனி நீங்க மட்டும்தான் வரணும்" என்றான்.

உடனே கமிஷனர் "இதோ இப்போ கிளம்பிட்டேன்" என்றார். உடனே சமித்ரன் மரியாதையாய் மீண்டும் ஒரு சல்யூட்டை விடுத்து கிளம்ப உடனே கமிஷனர் "சமித்ரன் பெஸ்ட் ஆப் லக். பட், வெரி கேர் ∴புல்லா ஹேண்டில் பண்ணுங்க. பிக்காஸ் நீங்க பண்ண போறது வெரி பிக் ப்ளேஸ் ஓகே" என்றவரிடம் "சரி" என்பது போல் தலையை அசைத்து விடை பெற்றான்.

வேகமாய் வந்து தன் வண்டியை எடுக்க அது சபிதா கார்டனை நோக்கி சென்றது. இருபது நிமிட பயணத்தில் இலக்கை சென்றடைந்தது. விக்னேஷ், அட்வகேட் அருள்சந்திரனோடு நிற்க அருகில் சென்றான் சமித்ரன். பின்னால் எஸ்.ஐ.கணேஷ்,எஸ்.ஐ. பரத் மற்றும் எஸ்.ஐ.ராஜன் நிற்க அனைவரையும் பார்த்து லேசான புன்னகையில் தலை அசைத்தான் சமித்ரன்.

இருபத்தியோரு போலீஸ்படை கையில் துப்பாக்கியோடு நின்று கொண்டிருக்க ஏசி அன்புச்செழியன் உடலுக்கு ஈமச் சடங்குகள் முடியும் தருவாயில் இருந்தது. மாலைகளும் மலர் வளையங்களும் உடன் பணியாற்றியவர்கள் வைத்த வண்ணம் இருக்க எஸ்.ஜ.சந்தோஷ்குமாரிடம் ஒரு கவரை கொடுத்தான் சமித்ரன்.

அதனை வாங்கியவன் வேகமாய் கிளம்பினான். சட்டென சைரன் சத்தம் காதை பிளக்க வேகமாய் வந்த கமிஷ்னர் வாகனம் சட்டென அமைதியானது. கதவை திறந்து கமிஷனர் வெளியே வர அனைவரும் நேராக நின்று ஒரு சல்யூட்டை வைத்தனர்.

உடனே கமிஷ்னர் ஏசி அன்புச்செழியன் உடலுக்கு அஞ்சலி செலுத்திவிட்டு ஏசி அன்புச்செழியனோடு பணிபுரிந்த தன் அனுபவங்களை இரண்டு மூன்று நிமிடங்களில் கூறி முடிக்க மற்ற சிலரும் ஒவ்வொருவராய் கூறிவிட்டு அஞ்சலி செலுத்தினர். உடனே சமித்ரன் எஸ்.ஜ.கணேஷை அழைக்க உடனே எஸ்.ஜ.கணேஷ் "சாரி சார் ப்ளீஸ் என்னால முடியாது" என்று கூறி அழுதபடி ஒதுங்கி நின்றான்

அதன் பின் கமிஷனர் ஆர்டர் கொடுக்க துப்பாக்கி ஏந்திய போலீஸ் படை வானத்தை நோக்கி சுட காவல்துறையின் மிகுந்த மரியாதையுடன் ஏசி அன்புச்செழியன் உடலை அடக்கம் செய்தனர். அவரின் உறவினர்கள் அனைவரும் அழ சில போலீஸார் அவர்களை சமாதானப்படுத்தினர்.

உடனே கமிஷனர் சமித்ரனை பார்த்து "நான் கிளம்பறேன் சமித்ரன் தென் யு கேன் ப்ரொஸிட் பட் பி கேர் ∴புல்" என்று மறுபடியும் கூறிவிட்டு கிளம்ப மீண்டும் அனைவரும் ஒரு சல்யூட்டை வைத்தனர்.

அவர் கிளம்பியதும் சமித்ரன் விக்னேஷின் காதில் ஏதோ முணுமுணுத்தான். அதனை புரிந்துகொண்ட விக்னேஷ் "சரி" என்பது போல் தலையசைத்தான். கொஞ்சம் கொஞ்சமாய் கூட்டம் கலைந்து செல்ல உடனே விக்னேஷ் அருள்சந்திரனிடம் "சார் சதிஷ்குமார் கேஸ் விசயமா சின்னதா ஒரு எவிடன்ஸ் கிடைச்சிருக்கு. ஸோ, கொஞ்சம் ஸ்டேஷன் வரைக்கும் வரணும்" என்று கூற உடனே அதற்கு அருள்சந்திரன் "ம் வாங்க போலாம்" என்று கூற இருவரும் ஒன்றாய் கிளம்பினர்.

அதன் பின் எஸ்.ஐ.பரத்,ராஜன்,மற்றும் கணேஷ் மூவரும் சிங்காநல்லூர் ஸ்டேஷனுக்கு கிளம்ப உடனே சமித்ரன் வண்டியை எடுத்து ஸ்டார்ட் செய்து அதிவேகமாய் வண்டியை ஸ்டேஷனுக்கு கிளப்பினான். அனைவரும் அடுத்தடுத்து வந்து சேர விக்னேஷ் அட்வகேட் அருள்சந்திரனை விசாரனை அறைக்கு அழைத்துச் சென்றான்.

கண்ணாடியில் அமைக்கப்பட்ட அறையினுள் நீளமான மரத்தாலான மேஜையின் மேல் ஓர் லேப்டாப் வைக்கப்பட்டிருந்தது. உள்ளே நுழைந்த

இருவரும் அமர்ந்தனர். அதன்பின் எஸ் ஐ.ராஜனும் பரத்தும் உள்ளே வந்தனர். "எப்படியும் டுடே நைட் கிளம்பிடுவேன். கன்ஃபார்ம் தான்" என்று யாருடனோ பேசியபடி உள்ளே நுழைந்தான் எஸ்.ஐ. கணேஷ்.

அனைவரும் அமர்ந்தவுடன் சமித்ரன் உள்ளே நுழைந்தான். நுழைந்தவன் அமர்ந்ததும் எஸ்.ஐ. கணேஷை பார்த்து "மிஸ்டர் கணேஷ் ஏசி அன்புச்செழியன் கேஸ் பத்தி உங்க ஒப்பீனியன் என்ன பிக்காஸ் அவர் கூடவே நீங்க மட்டுந்தான் இருந்துருக்கீங்க ஸோ" என்று இழுத்தபடி இடையிலேயே நிறுத்தினான். உடனே அதற்கு கணேஷ் "அவரு டியூட்டில வெரி குட் சார். பட், இந்த ஏலியா கேஸ்ல தான் தப்பு பண்ணீட்டாருன்னு நெனைக்கறேன்" என்றான். உடனே சமித்ரன் "வாட் என்ன சொல்றீங்க" என்றான் சமித்ரன் ஆச்சரியமாய்,

உடனே கணேஷ் தொடர்ந்தான் "சார் அவரு பொண்ணு கேஸ் பத்தி உங்களுக்கு தெரியுமா" என்றான். உடனே அதற்கு சமித்ரன்" ம்ம்... இப்பதான் விசாரிச்சோம் அது ஒரு ஆக்ஸிடன்ட் கேஸ்" என்றான். "அத பண்ணுனவங்க யாருன்னா? அந்த சதிஷ்குமார் ஏலியா அன்ட் இதோ இங்க இருக்குற அருள்சந்திரன்" என்றான் கணேஷ்.

"ஸோ வாட்" எனக் கேட்ட சமித்ரனிடம் எஸ்.ஐ.கணேஷ் "ஏலியா அன்ட் சதீஷ்குமார் இம்ரான் மூணு பேரையும் இவர் தான் ப்ளான் பண்ணியிருப்பாருன்னு தோணுது" என்று

சொல்லி முடித்தான். சட்டென அருள்சந்திரனிடம் பார்வையை திருப்பிய சமித்ரன் "சார் இதுல உங்க ஐடியா என்ன" என்று கேட்டான்.

உடனே அருள்சந்திரன் "சார் எஸ்.ஜ.கணேஷ் சொல்ற மாதிரி அந்த ஏலியா பொண்ணு மர்டர்ல இவருக்கு சம்பந்தம் இருக்குங்கற டவுட் எனக்கும் இருக்கு பிக்காஸ் அவரோட ரிஸ்க்ல அந்த கேஸ் ஜேர்னி ஆகியிருக்கு. அந்த ஸ்டேஷன் இன்ஸ்பெக்டரோட இன்வால்வ் அதிகமா இல்ல ஸோ" என இழுத்தபடி நிறுத்தினார்.

இடையில் புகுந்த விக்னேஷ் "ஓகே பட் இம்ரான் கேஸ்ல ஏதாவது டவுட் இருக்கா" என இருவரையும் பார்த்து கேட்க இருவரும் யோசித்தவாறு இருக்க சட்டென சமித்ரன் கணேஷை பார்த்து "இம்ரான் எவிடன்ஸ்ல எனி டவுட்" எனக் கேட்க உடனே "நோ" என்றான். உடனே அது சம்பந்தப்பட்ட எவிடன்ஸை கையில் எடுத்தபடி சமித்ரன் "AE" ன்னு எழுதியிருக்கற மீனிங் ஏலியா ரைட்டா" எனக்கூற அதற்கு கணேஷ் "ஆமாம்" என்பது போல் தலையாட்டினான்.

உடனே அவ்வறையினுள் இருந்த ப்ரோஜக்ட்டரில் பென்ட்ரைவை சொருக எதிரே இருந்த திரையில் பெரிதாக தெளிவாய் அப்புகைப்படம் தெரிந்தது.

உடனே சமித்ரன் அதனருகே சென்று "AE" என எழுதப்பட்டிருந்த இடத்தில் "E" என்ற எழுத்தை

சுட்டிக் காட்டியபடி "இந்த லெட்டர்ல உங்கள்ள யாருக்காவது ஏதாவது டவுட் வருதா" என்று வினவ உடனே எஸ்.ஐ.பரத் "சார் இட்ஸ் நாட் E" என சுருக்கமாய் கூற விக்னேஷ் "அப்படின்னா அந்த லெட்டர்?" என்றான். உடனே பரத் "சார் C லெட்டர E ன்னு ரைட் பண்ணுன மாதிரி இருக்கு" என்றான்.

உடனே சமித்ரன் அருகில் இருந்த ஒயிட் போர்டில் மார்க்கரை எடுத்து "C" என்று எழுதினான். உடனே எழுந்த வந்த பரத் மார்க்கரை வாங்கி இடையில் ஒரு கோட்டை இழுக்க அது "E" என்பது போல் தெரிந்தது. உடனே அமர்ந்திருந்த மற்றவர்களிடம் சமித்ரன் "ஸோ இ(E) இல்ல சி(C) தான்னு புரியுதா" எனக்கூற, அனைவரும் ஒப்புக்கொள்ள "ஸோ, இத மாத்துனது யாரு" என்றவன் மீண்டும் போர்டில் ஒன்றன் கீழ் ஒன்றாக சில தேதிகளை எழுதினான்.

எழுதிய எண்களை காண்பித்து "இந்த நம்பர்ஸ் தான் ஏசி அன்புச்செழியன் சாகும்போது கடைசியா விட்டுட்டு போன க்ளூ இதுல எங்க நால முடிஞ்சவரைக்கும் தேடிப் பார்த்துட்டோம் ஒண்ணும் கிடைக்கல நீங்கெல்லாம் அவர் கூட இப்போ ஒர்க் பண்ணீட்டு இருக்கீங்க. ஸோ, உங்களுக்கு எதாவது ஐடியா இருக்கா?" என்று கேட்க அனைவரும் சிறிது நேரம் யோசித்து விட்டு ஒன்றுமில்லை, என்பது போல் முகத்தை காட்டினர்.

உடனே சமித்ரன் தொடர்ந்தான் "இதுல இருக்குற டேட் ஒன்,டேட் நையன்,டேட் டுவென்டி ஸோ மூணு

டேட்ல எதுவும் கிடைக்கல" உடனே இடைமறித்த அருள்சந்திரன் "சார் ஒருவேளை எதேச்சையா பிளட் அங்க சிந்தியிருக்கலாம் நீங்க அத தேதின்னு நெனச்சு ∴பாலோ பண்றீங்க" என்றார்.

உடனே சமித்ரன் "இட்ஸ் ரைட் சார் எஸ் சார் அத தேதின்னு பார்த்த ஒன்னும் இல்ல பட் நம்பர்ஸா பாருங்க" என்றதும் அனைவரும் யோசிக்க சமித்ரன் "ஒன் நயன் டிவன்டி....ஹௌ ஒன்ஸ் தஸ் நம்பர்ஸ்" எனக்கூறியதும் அனைவரும் சொல்வதறியாமல் திகைக்க, உடனே சமித்ரன் "அந்த AE லெட்டரோட உண்மையான லெட்டர் AC அப்படின்னா AC மீன்" என்று சொல்லி நிறுத்த உடனே எஸ்.ஐ.கணேஷ் அவசரமாய் "சார் AC மீன் அன்புச்செழியன் நேமோட ஷாட்டன் லெட்டர் தென் அவரோட ஜாப் போஸ்ட்டும் AC தான். ஸோ அவரா இருக்க தான் சான்ஸ்" என்றான் ஆணித்தரமாய்

உடனே சமித்ரன் "ஒகே கணேஷ் அப்போ அந்த நம்பர்ஸ் என்னவா இருக்கும்" எனக் கேட்க அனைவரும் யோசித்தபடி இருக்க எஸ்.ஐ.பரத் சமித்ரன் அருகே நின்றபடி யோசித்தவன் சட்டென தன் பார்வையை திருப்பி ஆச்சரியமாய் பார்த்தவன் ஆக்ரோஷமாய் "மிஸ்டர் கணேஷ் எதுக்காக ஏசி அன்புச்செழியனை கொன்னீங்க சொல்லுங்க" என்று கத்தினான்.

அறையில் இருந்த அனைவரும் ஆச்சரியமாய் பார்க்க சமித்ரனும் விக்னேஷம் இயல்பாய்

கணேஷை பார்க்க உடனே விக்னேஷ் "கணேஷ் உங்க பேஜ் நம்பர் ஒன் நயன் டிவன்டி ஸோ நீங்க தான் சொல்லனும்" என்றான் சாதரணமாய். உடனே மிகுந்த கோபத்துடன் எழுந்த கணேஷ் "சரியான ப்ரு:ஃப் இல்லாம வெறும் நம்பர்ஸ என்னோட பேஜ்ல மேட்ச் பண்ணி என்னை அக்யூஸ்ட்டா கொண்டு வரப் பாக்கறீங்களா" எனக் கத்தினான்.

உடனே அவனை கையமர்த்திய சமித்ரன் "மிஸ்டர் கணேஷ் இம்ரான் பாடிய ஏசி சார் பார்க்க போகும்போது நீங்க எங்க இருந்தீங்க" என்று கேட்க உடனே அதற்கு கணேஷ் "நான்ரெஸ்ட் ரூம் போயிருந்தேன்" என்றான்.

அதற்கு சமித்ரன் "நோ கணேஷ் அங்க பாத்ரூம் க்ளோஸ்டா இருந்துச்சு. ஸோ நீங்க லிப்ட்ல பர்ஸ்ட் ப்ளோர்ல இருக்குற பாத்ரூமுக்கு போயிருக்கீங்க". "அங்க இம்ரான் பாடிய பாத்ததும் அந்த எவிடன்ஸ மாத்தீருக்கீங்க. தென் மேனுவல் லிப்ட்ங்கறதால டோர் ஓபன்னா இருந்ததால லிப்ட் கீழ வரல ஸோ, ஏசி சார் ஸ்டெப்ஸ் யூஸ் பண்ணிருக்காரு". "அந்த கேப்ல எகைன் லிப்ட்ட யூஸ் பண்ணி நீங்க கீழ வந்துட்டிங்க, ஒகே" என்றான்.

உடனே கணேஷ் "நா எதுக்காக மாத்தணும் AC ங்கற லெட்டர் அன்புச்செழியனா இருக்கலாமல்ல" என்றான். உடனே விக்னேஷ் எஸ்.ஐ.கணேஷைப் பார்த்து "AC ங்கற லெட்டர் ஏன் அருள்சந்திரனா கூட இருக்கலாம் இல்லையா" எனக் கூற அனைவரும்

உறைந்தபடி நின்றனர். அறையே நிசப்தமாக, சமித்ரன் கணேஷை பார்த்தபடி "உங்க சிஸ்டருக்கு கொடுக்க வேண்டிய ஒரு டோஸ் மெடிசன் எங்க விழுந்து உடைஞ்சுதுன்னு உங்களுக்கு தெரியும்முன்னு நெனைக்கிறேன்" என்றதும் கணேஷின் முகம் வியர்க்க துவங்கியது.

மீண்டும் தொடர்ந்தான் சமித்ரன் "இம்ரான் கடைசியா உங்க வீட்டுக்கு தான் வந்துருக்கான் ரைட்டா" என்று கூறியபடி சமித்ரன் அருள்சந்திரனை பார்க்க உடனே அருள்சந்திரன்" நோ நோ" என்று கத்தியபடி "எதை வச்சு நீங்க சொல்றீங்க" என்றதும் உடனே சமித்ரன் தன் கையில் இருந்த பையினுள் கையை விட்டு ஏர்கண்டிஷன் சம்பந்தப்பட்ட ஒர் வாரண்டி கார்டை எடுத்தான்.

அதிலுள்ள நம்பரை காண்பித்தான். "இந்த வாரண்டி நம்பர் உங்க அட்ரஸைத் தான் காட்டுது இந்த கார்டு தென் சதிஷ்குமாரோட ஏசில இருந்த பில்டர் ரெண்டுமே இம்ரானோட பேக்ல இருந்துச்சு" "தென் மூனு ∴பேக் சிம் இந்த க்ரைம்ல யூஸ் பண்ணியிருக்கு அதுல ஒண்ணு சதிஷ்குமாரோடது, இரண்டாவது சிம் உங்களோடது, அந்த மூனாவது சிம் யாரோடதுன்னு நீங்கதான் சொல்லனும்" "மூன்று சிம்மோட ∴புல் லொக்கேஷன் டிட்டைல்ஸ் எடுத்தாச்சு" "ஆல் லொக்கேஷன் உங்க மூனு பேரோட இடத்ததான் காட்டுது" என்றதுமே அருள்சந்திரன் வியப்புடன் பார்த்தார்.

உடனே விக்னேஷ் அனைவரையும் பார்த்தபடி "ஆரம்பிக்களாங்களா" என்றான். அதற்குள் சட்டென உள்ளே வந்த கமிஷ்னர் தீபக்பாபு "சரி ஆரம்பிங்க" என்றபடி இருக்கையில் அமர்ந்தார்.

கமிஷ்னரை பார்த்த அனைவரும் எழுந்து நிற்க "ப்ளீஸ் ஆல் பி சிட் டவுன்" எனக்கூறியதும் அனைவரும் அமர, சமித்ரன் தொடர்ந்தான். "ஏலியாவ கொல்ல சதிஷ்குமார பிக்ஸ் பண்ணி ஒர்க்க பக்காவா முடிச்சுட்டாங்க. இம்ரான் சூசைடுல லெட்டர மாத்தினதாலே ஏலியா இம்ரான் கேஸ் க்ளோஸ்டு. பட், சதிஷ்குமார் இம்ரான் ரெண்டு பேரோட ட்ரஸ், தென் பேக் எல்லாமே ஒரே மாதிரி தான் இருந்துச்சு. ஆனா சதிஷ்குமார் கையில பச்சை குத்தியிருந்த வேல் தான் ∴புட்டேஜ்ல மாட்டிக்கிச்சு". "ஸோ, இத கண்டுபுடுச்ச அன்புச்செழியன கொன்னு எவிடன்ஸ எடுத்துட்டீங்க" என்றதும்

உடனே கமிஷ்னர் "என்ன மோட்டிவ் சமித்ரன்" எனக் கேட்க, அதற்கு சமித்ரன் "சார் ஏலியாவோட லேப்டாப் தான் அதுல ஒரு பெரிய கேஸ் டீட்டைல் இருக்கு. பட், அந்த லேப்டாப் அவங்க ஆபிஸ் பக்கத்துல இருக்குற ஹரி கேப்ஸ்ல தவறுதலா விட்டுட்டாங்க". "அத எடுத்த கேப் டிரைவர் பிரசாந்த் அந்த டீட்டைல்ஸ பாத்துட்டு போன் கால் பண்ணி மிரட்டி டீல் பேசியிருக்கான்". "ஸோ, அவனோட கேப்ஸ கோயமுத்தூருக்கு ட்ரிப் புக் பண்ணி அருள்சந்திரனோட ஒன் ப்ரதர் பீ.பீ.என்.டிராவல்ஸ்

பஸ்ச வச்சு அடிச்சு ஆக்ஸிடன்ட்டா க்ரியேட் பண்ணிட்டாங்க. பட், அந்த லேப்டாப்ல இருந்த பென்ட்ரைவ பிரசாந்த் வண்டில இருந்தது தெரியாம லேப்டாப்பை மட்டும் எடுத்துட்டு போயிட்டாங்க" என்றவன் அட்வகேட் அருள்சந்திரனை பார்த்தபடி "கரெக்ட்டா அருள்சந்திரன் என்கிற AC சார்" என்றான்.

மீண்டும் தொடர்ந்தான் சமித்ரன் "ஏலியாவ கொன்ன சதீஷ்குமார் டில் பேசுனதுக்கும் மேல கோடிக்கணக்குல காச கேட்டதால, இம்ரான வச்சு சதீஷ்குமாரோட ஏர்கண்டிஷனோட பில்டர மாத்தி கேஸ் டியூப்பை டேமேஜ் பண்ணிட்டாங்க. தென் ப்ரீயான் கேஸ ல்லீகிலா வாங்கி அந்த ரூம் ∴புல்லா ஸ்பெர்ட் பண்ணிட்டாரு, நம்ம அட்வகேட் ஸோ த கேஸ் ஈஸ் நார்மல் டெத்" என்றான்.

உடனே கமிஷனர் தீபக்பாபு "அப்போ இம்ரானோட டெத்?" என்றதும் சமித்ரன் "ஹி கம்மிட்டேட் சூஸைடு" என்றான். உடனே அதற்கு கமிஷனர் "ஓய் சமித்ரன்" என்றதுமே சமித்ரன் "சார் பிக்காஸ் லெட்டர் ஆப் மீனிங் AC...நாட் ஏ ஏர்கண்டிஷன், நாட் ஏ ஏசி அன்புச்செழியன்,நாட் ஏ அருள்சந்திரன்" என்றதுமே அப்படி என்றால் AC என்ற லெட்டர் எவிடன்ஸின் மீனிங் என்ன? என்று சமித்ரன் முகத்தை அனைவரும் திகைப்புடன் பார்க்க,

உடனே சமித்ரன் தொடர்ந்தான் "சார் AC மீனிங் த க்ரேட் பிஸ்னஸ் மேன் அசோக்&கோ ஓனர் திரு. அசோக் சக்கரவர்த்தி தட்ஸ் மீன் AC" "அந்த

மூன்றாவது சிம் அவருதான்" என்று உரத்த குரலில் கூற அனைவரும் நம்ப முடியாத ஆச்சரியத்துடன் சமித்ரனை பார்த்தனர்.

உடனே சமித்ரன் "சார் அந்த லேப்டாப் தென் பென்டிரைவ் ரெண்டுலையும் இருந்தது அவரப் பத்திதான் நீங்க நெனைக்கற மாதிரி, அவரோட அசோக் சிட்பண்ஸ் கம்பெனி நாட் எ லாஸ்" என்றதும் கமிஷ்னர் தீபக்பாபு சமித்ரனை பார்த்து" சமித்ரன் என்ன சொல்றீங்க?" என்றார் ஆவேசமாய்,

உடனே சமித்ரன் "எஸ் சார் இம்ரானோட ∴பேமிலி ஒரு பெரிய கடன்ல இருந்திருக்கு இம்ரான் டென் லேக்ஸூக்கு அசோக் சிட்பண்ஸ்ல இன்வெஸ்ட் பண்ணி ஆல் மோஸ்ட் சீட்டு ∴பினிஸ் பண்ணீட்டான். பட், சிட்பண்ஸ் லாஸ் காட்டுனதால அந்த பணத்த வாங்கி தரதா சொல்லி அருள்சந்திரன் சதீஷ்குமாரோட மர்டருக்கு அவன யூஸ் பண்ணீட்டு கழட்டி விட்டுட்டாரு. ஸோ சிட்பண்ஸ் லாஸ் ஆனது ஒரு காரணம் தென் சதிஷ்குமார் மர்டர். இந்த காரணமும், அவனுக்குள்ளிருந்த பயமும் தான் அவன் சூஸைடு பண்ணீட்டான்.

அசோக் சக்கரவர்த்தி யூ.கே ல அவர் ∴பேமிலிய வச்சு ஹியூமன் ஆர்கன்ஸ் ட்ரான்ஸ்பிலிட் பண்ற ஒரு ஆஸ்பிட்டல கட்டிட்டாரு. அத சரிகட்டத்தான் இந்த லாஸ் கணக்கு" என்றான்.

அதற்கு கமிஷ்னர் "தென் எஸ்.ஐ.கணேஷ எப்படி இதுல இன்வால்வ் ஆனாரு" என்று கேட்க அதற்கு சமித்ரன் மீண்டும் பேச ஆரம்பித்தான், "எஸ்.ஐ.கணேஷோட சிஸ்டருக்கு லங்கஸ் ப்ராப்ளம் ∴பைனல் ஸ்டேஜ். ஸோ, லங்ஸ் டிரான்ஸ்பில்ட் பண்ண நெறைய செலவாகும்". "ஸோ இந்த கேஸல ஹேல்ப் பண்ணுனா லங்க்ஸ் டிரான்ஸ்பர் ∴ப்ரீயா பண்ணீ தரதா சொல்லீருக்காரு". "ஸோ நம்ம கணேஷம் அதுக்கு ஹேல்ப் பண்ணீருக்காரு. அருள்சந்திரன் கணேஷ யூஸ் பண்ணீக்கிட்டாரு".

"தென், ஏலியா கொலைக்கு ஆடிட்டர் பக்தவத்சலமும் உடந்தையா இருந்துருக்காரு". "இது எல்லாமே அசோக் சிட்பண்ஸ் லாஸ் பண்ணுனது ஆடிட்டர் ஏலியா முலமா தெரிஞ்சுடுமோன்னு பண்ணுன அடுத்தடுத்த சம்பவங்கள் தான்" தென் இவங்க யூஸ் பண்ணுன டூப்ளிகேட் சிம் லோக்கேட் அந்த நம்பர்ஸ் எல்லாமே அசோக் சர்க்கரவர்த்தி அருள்சந்திரன் தென் சதீஷ்குமார் இவங்க மூணு பேரோட ஸ்பாட்ல மட்டுந்தான் டிராவல் ஆகியிருக்கு" எனக்கூற அருள்சந்திரன் பயத்தில் நடுங்க ஆரம்பித்தார்.

தொடர்ந்து சமித்ரன் கமிஷ்னர் தீபக்பாபுவிடம் "தென் இம்ரான் பேக்ல இருந்த எவிடன்ஸ், இது எல்லாத்துக்கும் மேலே ஏலியாவோட பெண்டிரைவல அசோக் சிட்பண்ஸ் ∴ப்ராடு, தென் ஆர்கன் ஆஸ்பிட்டலோட இன்வெஸ்ட்மென்ட்.

இதெல்லாம் எவிடன்ஸ். அதுலையும் மாட்டிக்க கூடாதுன்னு சில வருஷத்துக்கு முன்னாடியே தன்னோட சொத்துகளை எல்லாம் தன்னோட மனைவி பேருக்கு மாத்தீட்டு, அதுக்கப்புறமா விவரமா டைவர்ஸ் பண்ணீட்டாரு,

இது கூட நம்ம அட்வகேட் அருள்சந்திரன் ஐடியா தான்" என்று முழுக் கதையும் சொல்லி முடித்த சமித்ரன் எஸ்.ஜ.கணேஷை பார்த்து "மிஸ்டர் கணேஷ் உங்க சிஸ்டரோட ஆப்ரேஷன் நல்லபடியா முடிஞ்சுது அவங்க சே∴ப்" என்றான்.

மறுநாள் காலை கமிஷனர் அலுவலகமே கலை கட்டியிருந்தது. காவல் பணியாளர்கள் கூட்டம் கூட்டமாய் வந்து கொண்டிருக்க சிறிது நேரத்தில் மீட்டிங் ஆரம்பித்தது. கூட்டத்திற்கு பெரிய உயர் அதிகாரிகள் உட்பட அனைத்து காவல்துறை பணியாளர்களும் வந்த வண்ணம் இருந்தனர்.

மேடையின் மேல் அனைத்து முக்கியமான உயர் அதிகாரிகள் மற்றும் தலைவர்கள் அமர்ந்த பின் கமிஷனர் தீபக்பாபு முதலில் பேச ஆரம்பித்தார். அதன் பின் ஒவ்வொருவராய் பேசினர். பிறகு நன்கு பணிபுரிந்த காவலர்களுக்கு விருதுகள் வழங்கப்பட்டது. கடைசியில் சமித்ரனை அழைக்க, அவன் பேச ஆரம்பித்தான்.

வந்த அனைவரையும் வாழ்த்தி கூறிவிட்டு பேச ஆரம்பித்தான். "இந்த கேஸ பொறுத்தவரைக்கும

ரெண்டு மர்டர் தென் ஒரு சூஸைடு, ஒரு ஆக்ஸிடன்ட், ஒரு நார்மல் டெத் பட் இது எல்லாமே ஒன் பர்ஸன் அசோக் சக்கரவர்த்திக்காக ஒரு பெரிய க்ரைம் நடந்திருக்கு". "இதுல எஸ்.ஐ.கணேஷ், அட்வகேட் அருள்சந்திரன் ரெண்டு பேரும் அப்ரூவர் ஆயிட்டாங்க. இருநூறு கோடிக்கு மேல் மக்கள் பணம் காப்பத்தப்பட்டிருக்கு. இதுல சதீஷ்குமார வைச்சு ஏலியா மர்டர் பண்ணீருக்காங்க."

"தென் சதீஷ்குமார் அஞ்சு கோடி கேட்டு இவங்கள மிரட்டுனதால அவர ப்ளான் பண்ணி முடுச்சுட்டாங்க. பட் சதிஷ்குமார் சென்னை போறதா பொய் சொல்லிட்டு தஞ்சாவூர் போயிருக்காரு. க்ரைம் ஸ்பாட்டுக்கு போய் ஏலியா வர டைம் போற டைமல அங்க எப்படி இருக்குன்னு பாத்துருக்காரு". "அந்த டைம்ல சந்தேகம் வரக் கூடாதுன்னு அங்கிருந்த கடையில பொம்மைங்க வாங்கீருக்காரு".

"அதுல இருந்த ஸ்டிக்கர் தான் இந்த இன்வர்ஸ்டிகேஷனோட பர்ஸ்ட் டேர்ன். தென் இம்ரான் சதிஷ்குமார் ரெண்டு பேரோட ட்ரஸ், பேக் தென் பாக்கறதுக்கும் ஹைட் வெயிட் எல்லாம் ஒரே மாதிரி இருந்தாலும் வீடியோ ∴புட்டேஜ்ல பேஸ் கவர் பண்ணுனதாலும் கொஞ்சம் ரிஸ்க் ஆயிடுச்சு. பட், சதிஷ்குமார் கையில இருந்த டாட்டு ஒரு ஸ்ட்ராங் எவிடன்ஸா மாறிடுச்சு".

"பிரசாந்த் கேஸ்ல ஆக்ஸிடன்ட் பண்ணுன டிரைவர் கர்ணன விசாரிச்சதுல அவன் அப்ருவரா மாறிட்டான். பிரசாந்தை ப்ளான் பண்ணி இங்க இருக்குற ப்ரான்ச் ஆபிசுக்கு ட்ராப் இருக்குன்னு வரவழச்சு பஸ் க்ராஸ் ஆகற டைமுக்கு இயர்லி மார்னிங் ப்ளானை எக்ஸிக்யுட் பண்ணிருக்காங்க".

"அதிலிருந்த லேப்டாப்பை எடுத்துட்டாங்க பட் பென்டிரைவால டோட்டலா மாட்டிக்கிட்டாங்க. இம்ரான் கேஸ் எவிடன்ஸ்ல க்ளீயர் பண்ணி பாத்த ஏசி அன்புச்செழியன் தென் அவர் பொண்ணோட கேஸ் வச்சு அவர் பக்கமா கேஸ் எல்லாமே திரும்பிடுச்சு".

"கஸ்தூரி லாட்ஜ்ல நடந்த சம்பவம் தான் எஸ்.ஐ கணேஷ் மேல வந்த ∴பர்ஸ்ட் டவுட் தென் அவரோட சிஸ்டர் கண்டிஷன் அவங்க ட்ரீட்மெண்ட்க்காக யூ.கே. போன டிக்கட்ஸ் மெடிக்கல் டிட்டைல்ஸ்ல டவுட் க்ளீயர் ஆயிடுச்சு" என மேலும் இது சம்பந்தப்பட்ட விவரங்களை கூறி தன் பேச்சை முடித்தான். பலகோடி ஊழல் மற்றும் பல கொலைகளுக்கு காரணமாய் இருந்த அசோக்சக்கரவர்த்தி மற்றும் அட்வகேட் அருள்சந்திரன், எஸ்.ஐ.கணேஷ் ஆகியோரை காவல்துறை கைது செய்தது.

மேடையில் கமிஷனர் தீபக்பாபு மற்றும் டிஜிபி சுமித்ரா மற்றும் பல அதிகாரிகள் இருக்க இவ்வழக்கை வெற்றிகரமாய் எதிர்கொண்டு முடித்த

இன்ஸ்பெக்டர் சமித்ரனுக்கு உறுதுணையாய் இருந்த எஸ்.ஐ. விக்னேஷ்,எஸ்.ஐ.பரத், எஸ்.ஐ.ராஜன், எஸ்.ஐ.சந்தோஷ்குமார், ஏட்டு மோகன் அனைவருக்கும் பாராட்டி பரிசுகள் வழங்கப்பட்டன.

அதன் பின் கமிஷனர் தீபக்பாபு "அசோக் அன் கோ கேஸ் பத்தி உங்க எல்லாருக்கும் தெரியும். அதுல எந்த அளவுக்கு க்ரைம் நடந்திருக்கு, தென் அதுல உண்மைய எவ்வளவு கஷ்டப்பட்டு வெளியே கொண்டு வந்த நம்ம இன்ஸ்பெக்டர் சமித்ரனை பாரட்டுவதோடு அவருக்கு சிறந்த காவலரில் சிறப்பு பரிசினை தருகிறோம் என்று கூறிவிட்டு கடைசியாய் இன்ஸ்பெக்டர் சமித்ரனை அழைத்து கௌரவிக்க அருகில் இருந்த டிஜிபி சுமித்ரா இன்ஸ்பெக்டர் சமித்ரனுக்கு பதக்கம் வழங்கினார்.

அப்போது அரங்கில் இருந்த அனைவரும் ஆரவாரத்துடன் கைகளை தட்ட மேடையின் முன்புறம் அமர்ந்திருந்த சமித்ரனுடைய தாயார் ஈஸ்வரி கண்ணீர் மல்க தன் மகன் "வ.சமித்ரனை" பெருமிதத்துடன் பார்த்தார்......

முற்றும்.